இணையவழி இதயங்கள்

விக்னேஷ்

புக் பெஞ்சர்ஸ்

இணையவழி இதயங்கள்

ஆசிரியர் © விக்னேஷ்,
முதற்பதிப்பு 2021
பக்கங்கள் 120

Published by Book Benchers 2021
Copyright © vignesh2021
All Rights Reserved.

ISBN 978-93-91423-67-4

ThebookBenchers@gmail.com
Contact 9944992571

Affliated By
Aelay Publish
www.aelaypublish.com

விக்னேஷ்,

தொகுப்பாளரை பற்றி

இவர் பெயர் விக்னேஷ், டிப்ளமோ எலக்ட்ரிக்கல் அண்ட் எலக்ட்ரானிக்ஸ் இன்ஜினியரிங் படித்தவர். தனியார் நிறுவனத்தில் வேலை செய்து வருகிறார். இவர் சொந்த ஊர் வேலூர் மாவட்டம் சிறுகளம்பூர் கிராமம். முதலில் சிறுகதைகள் எழுதி வந்தார். பிறகு கொரோணா காலத்தில் அவரது கவிதை கிறுக்கல் தொடங்கி இப்போதுவரை அவரது கவி மின்னல் எனும் படவரி பக்கத்திலும் முகநூல் பக்கத்திலும் எழுதி வருகிறார். சில புத்தகங்களுக்கு துணை எழுத்தாளராகவும் எழுதியுள்ளார்

விக்னேஷ்,

இதயம் காண இணையம்

இணையம் மூலம் கிடைத்த உறவே நமக்குள்!
இனிமேல் இல்லை பிரிவே!
இதயம் காணா இணையம் தான்!
நம்மை இணைத்தது இந்த இணையம் தான்!
நீ இணையம் வந்ததை காட்ட வரும் பச்சை குறியீடு!
அதனால் எனக்குள் உருவாகும் மகிழ்ச்சிக்கில்லை அளவீடு!
உன்னிடமிருந்து குறுஞ்செய்திகள் வந்தால் எனக்கு மகிழ்ச்சி!
வராத நேரத்தில்முன்னாடி நீ அனுப்பிய!
குறுஞ்செய்தியை மீண்டும் வாசிப்பதில் என்னுள் நெகிழ்ச்சி!
விடிந்ததும் உன்னிடமிருந்து வரும் காலை வணக்கம்!
இருண்டதும் என்னிடமிருந்து உனக்கு சொல்லும் இரவு
வணக்கம்!
நமக்குள் இந்த குறுஞ்செய்தி பயணம்!
இணையம் தான் அதற்கு சிறந்த உதாரணம்!

- இவண் விக்னேஷ்

நமக்குள் நாம்

இணையத்தில் இணைந்தோம்!
இதயத்தை பகிர்ந்தோம்!
கவலைகள் மறந்தோம்!
கைகோர்த்து நடந்தோம்!
மகிழ்ச்சியில் திளைத்தோம்!
மணம் முடித்தோம்!
எல்லை கடந்தோம்!
பிள்ளை பேறு பெற்றோம்!
பிரிவில்லா வாழ்க்கை வாழ்ந்தோம்!
எனக்குள் நீ உனக்குள் நான்!
நமக்குள் நாம்!

- இவண் விக்னேஷ்

விக்னேஷ்,

நிகழ் நிலை

சூரியன் வந்தால் !
நிலவு வருவதில்லை!
நிலவு வந்தால்!
சூரியன் வருவதில்லை!
வானத்தில்!
நான் வந்தால்!
நீ வருவதில்லை!
நீ வந்தால்!
நான் வருவதில்லை!
Onlineல சொன்னம் பா!

- இவண் விக்னேஷ்

கண்டதும் காதல்

என் கனவில் வந்தவளும் நீதானோ!
என் நினைவில் நின்றவளும் நீதானோ!
நீ காகிதத்தில் வரையாத ஓவியமா!
நீ வரிகள் இல்லா காவியமா!
உன்னை ஃபேஸ்புக்கிலும் காணவில்லை!
இன்ஸ்டாவிலும் தேடவில்லை!
என் கற்பனை நாயகியே!
உன்னை நேரில் கண்டதும்!
முதலில் மோகம் வந்தது!
பிறகு காதல் வந்தது நம்மில்!

- இவண் விக்னேஷ்

விக்னேஷ்,

டிஜிட்டல் உலகம்

நாம் நேரில் பார்த்தது இல்லை இருந்தாலும் பார்த்தோம் video call!
நான் நேரில் உன்னுடன் பேசியதே இல்லை இருந்தாலும் பேசினோம் voice call!
நான் நேரில் உன்னை தொட்டது இல்லை
இருந்தால் தொட்டேன Touch screen!
என்னடா உலகம் இது எனக்கேட்டால்
Digital world nu சொல்றாங்க!
இது என்னடா வாழ்க்கை ஒருவர்கூட இருந்தும்
இல்லாதது போல் உள்ளது!

- இவண் விக்னேஷ்

இணைய திருமணம்

நான் உன்னை பார்த்தேன் Instaவின் மூலம்!
நாம் காதலர்கள் அனோம் Facebookக்கின் மூலம்!
நாம் இருவரும் உரையாடினோம் Cell phoneன் மூலம்!
நம் நிச்சயதார்த்தம் நடந்தத Google duoவின் மூலம்!
நம் திருமணத்தை பதிவிட்டோம் Whatsapp statusயின் மூலம்!
இணைந்தே வாழ்வோம் இணையத்தின் மூலம!

- இவண் விக்னேஷ்

விக்னேஷ்,

ஹைக்கூ

எல்லா மனிதர்களும் பொறி இல்லாமல்
சிக்கிக்கொண்ட ஒரு வலை (தளம்)
வலைதளம்

- இவண் விக்னேஷ்

ஹைக்கூ

விழி அறியா முகங்கள் கொண்ட
உறவுகளோடு உரையாட
ஒரு இணையதளம் அதுதான்
சமூக வலைதளம்
முகநூல்

- இவண் விக்னேஷ்

விக்னேஷ்,

கைப்பேசி

உலகம் சுருங்கி, உள்ளங்கை பிடியில்,
விஞ்ஞான எழுச்சியால், வியப்புறச் செய்யவே!

இணையத்தின் பிணைப்பு, இதயத்தில் சங்கமித்து,
முகமறியா முகவர்கள், முகநூலில் புதையவே!

காலம் பல கடந்தும், கடந்திட்ட நினைவுகளை,
கைப்பேசி வழியாக,கண்டுக் களிப்புறவே!

நல்லவை அல்லவையென, நன்னெறி நாமறிந்து,
வழிகாட்டிய நுண்ணறிவில், வளமாய் வாழ்ந்திடவே!
கை பேசிக்குள் ஒரு காதல் தேசம் இணையம்!

- Ala

இணையம் மூலம் கிடைத்த உறவு

இணையம் மூலம் இணைந்த உறவே!
காலை விடிந்தும் கலையாத கனவே!
வலைதளம் மூலம் என்னுள் அடித்தளம் அமைத்தவளே!
இன்ஸ்டாகிராமில் என் இதயம் பறித்தவளே!
தேடி வந்து தேனாய் பேசும் என் செல்ல தேவதையே!
இருளாய் இருந்த என் வானில் புதிதாய் பூத்த நிலவு "நீ"..
முப்பொழுதும் என்னை முழுவதுமாய் ஆழும் அழகியே!
வறட்சி வழிந்த என் வாழ்வில் வசந்தமாய் வீசிய பூங்காற்று "நீ"..
என்னோடு நீ மனம் திறந்து பேசும் போதெல்லாம்
என் நெஞ்சோடு வான் மழை தூவுகிறது..
தொடுதிரை தாண்டி உன் மனத்திரைக் கண்டதால் தான்
என்னவோ என் உயிர் உன் பின் உருகி நிற்கிறது..
என்ன மாயம் செய்தாயடி?
இந்த ஆணின் மனம் அடிக்கடி எட்டிப்பார்த்துக்
கொண்டேயிருக்கிறது
Online ல் நீ இருக்கின்றாயா என்று...
நீ அனுப்பும் குறுஞ்செய்தியின் 'டொய்ங்' என்ற சப்தம்
கேட்டாலே

விக்னேஷ்,

என் உள்ளம் குஷியாகிதுள்ளி குதிக்கிறது...
நீ அன்பாய் பேச பேச என் மனம் மண்டியிட்டு ஏங்குகிறது..
உன் பதில் வர சிறு தாமதம் ஆனால் என் மனம் தவியாய்
தவிக்கிறது..
சிறிது நேரத்திற்கு பிறகு Late Reply க்கு Sorry Da என
"நீ" சொல்லும் போது சிறகில்லா தேவதைகளும்
இந்த மண்ணில் உள்ளது என என் உள்ளம்

- Ala

காதலை கட்டவிழ்த்து விடு

இந்த மண்ணில் உள்ளது என என் உள்ளம்
உன்னை எண்ணி பெருமை கொள்கிறது..
"நீ" என்னோடு பேசுகையில் ஒருமணி நேரம் கூட
ஒரு நிமிடமாய் தீர்ந்து போகிறது!
தனிமை கூட துணை தேடுகிறது!
சோகம் கூட சோர்வாகிறது!
பெண்ணே!

உன்மேல் ஆசை கொண்டு என்னை நானே மறந்தேன்!
என்னை உன்னுள் தேடி அலையாய் அலைந்தேன்!
உள்ளத்தில் கலந்த "நீ"
உறவில் கலக்கப் போவது எப்போது?
அன்பே!

கண்கள் முழுதும் காதல் உள்ளது என காட்டுகிறாய்!
கேட்காமலே முத்தம் தருகிறாய்!
அவ்வப்போது இதயம் பறிமாறுகிறாய்!
கேட்டால் காதல் இல்லை "Emoji"என்கிறாய்!
என்னடி நியாயம் இது?
படாதபாடு படுத்துகிறாய் என் பிஞ்சு நெஞ்சம் பாவமடி!
கண்ணே!
கட்டிவைத்திருக்கும் உன் காதலதை கட்டவிழ்த்து விடு!
காத்திருக்கிறேன் உன் பதிலுக்காக
கனவுகளை சுமந்த இரவோடு!!
காதலை சுமந்த இதயத்தோடு!!

- Ala

விக்னேஷ்,

இன்றைய இணையம்

முனை மழுங்கிய பேனாக்கள்
முன்னுரை வாசிக்கின்றன!

கழுத்து தொங்கிய கொக்குகளாய்
காத்திருக்கிறது கண்கள்!

சிந்தையில்லாமல் சிதறிவிழும்
சில சில்லறைச் செய்திகளுக்காய்!

அர்த்தமற்ற விளம்பரங்கள்
கூட அனுதாபம் தேடி அலைகிறது!

உணர்வுகளும் எண்ணங்களும்
உடைந்து விழுகிறது உதிரிச் சொற்களாய்!

ஆரத்தழுவிச்சொல்லும் ஆறுதல் கூட
RIP இல் முடிந்து விடுகிறது!

படைப்புகள் எல்லாம்
பரப்பி வைக்கப்படுகிறது விருப்பம் தேடி!

கனவுகள் எல்லாம் கையில் தவழ்கிறது
கருத்துக்கள் கேட்டு!
இன்று

காட்டுத் தீ செய்திகள் கூட
பூச்யத்திற்கும் ஒன்றுக்கும்
உடன்பட்டுவிட்டது!

- Ala

இணையம் இவ்வளவு பெரிதா

இணைந்த போது தெரியாது
இணையம் இவ்வளவு பெரிதென்று!

இணக்கம் கொடுத்து பலபேரின்
பிணக்கம் தீர்க்க உதவியது!

முகம் காணா உறவுகளை
நிதம் அறிமுகப் படுத்தியது!

மூச்சுக்கு நூறு முறை
நட்புக்களை நினைக்க வைத்தது!

யாரோ செய்த தவறால்
வருந்திப் பிரியும் வேளை!

வருந்தி எழுதிய வார்த்தைகள்
வருத்தம் கொடுக்கும் வரிகள்!

- Ala

விக்னேஷ்,

குறுஞ்செய்தி

குட் மோர்னிங் என்ற உன் இரு வார்த்தையை!
சுமந்து கொண்டு வரும் உன் குறுஞ்செய்தியைக!
காணும் வரை என் காலை பொழுதுகள் முழுதாய் விடியாமலே!
நீ எனக்கு அனுப்புவது எல்லோருக்கும் அனுப்பும்!
ஒரு பார்வர்டாக இருந்தால் கூட!
அது எனக்கும் மட்டுமெனச் சொல்லி மொத்தமாய்
உறிஞ்சிக்கொள்கிறது!
அந்த வார்த்தைகளை அத்துணை நேசத்தோடு!
என் இதயம் உன் குரல் சுமந்தே வருகிறது!
அந்த எழுத்துக்கள் அவற்றின் செல்ல கிசுகிசுக் குரலில்!
கலைகிறது என் தூக்கம்!
மெல்ல திறக்கும் என் விழிகள் விடாமல் பார்த்துக்
கொண்டிருக்கிறது!
அலைபேசி திரையில் தெரியும் உன் பெயரை!
அந்த கணத்தில் அந்த மவுனத்தில்!
உன்னோடு ஓராயிரம்ஸகாதல் கதைகளை!
பேசித் தீர்த்து எழுகிறேன் நான்!
அலைபேசி திரையில் தெரியும் உன் பெயரை!
விடாமல் பார்த்துக் கொண்டே மெல்ல!
எழுதத் தொடங்குகிறது என் விரல்கள்!
குட்டியாய் ஒரு குட் மோர்னிங்!

அந்த கணத்தில் அந்த மவுனத்தில்!
அந்த எழுத்துக்களில் உன்னிடம் ஓராயிரம்!
நேச முத்தங்களை சுமந்து வருகிறது என் குறுஞ்செய்தி!
உன்னிடம் சொல்ல இன்னும் எத்தனையோ!
பெருஞ்செய்திகள் எனக்குள் இருந்து!
முண்டியடித்துக் கொண்டுவர ஏனோ குறுஞ்செய்தியோடு!
முடித்துவிட்டு இன்னும் குறுகுறுத்துக் கொண்டிருக்கிறது!
பாவமாய் என் விரல்கள்!
அலைபேசி திரையில் தெரியும் உன் பெயரை!
விடாமல் பார்த்துக் கொண்டிருக்கிறது!
என் ஆசை விழிகள் .

- Ala

விக்னேஷ்,

இணைமும் உலகமும்

இணையத்தில் நேரத்தை பணயம் வைத்தேன் !
விரையம் ஆனது வீண்பேச்சு !
விஸ்தாரம் ஆனது அறிவுவீச்சு !
சுற்றும் பூமி சுருங்கிச் சுருங்கி சுட்டெலி ஆனது!
விரிந்த அண்டம் விரலடியில் விசைப்பலகை ஆனது!
உடலுழைத்து தோளுயர்த்தல் வேண்டாம் என்பேன்!
உயர் உடையணிந்து சிகை திருத்தல் வேண்டாம் என்பேன்!
உணவருந்தும் இடத்திலேயே உள்ளம் கவர்வேன்!
நான் உலகப்பெண்கள் உள்ளங்களில் இடம் பெயர்வேன் !
அன்று
கரம் பிடித்து, கால் பதித்து, அருந்ததி பார்த்தோம் !
இன்று,
ஒளி அமைத்து ஒலி கொடுத்து மணம் முடிப்போம் !
பழத்துக்காக பெற்றோரை சுற்றுதல் - அது அந்தக் காலம் !
உலகம் சுற்றுதல் சுலபம் என்பேன் - இது இந்தக் காலம் !
குமரிக்கும் இமயத்துக்கும் நடைப்பயணம் –
அது அந்தக் காலம் !

பூமிக்கும் புதனுக்கும் விரல் பயணம் - இது இந்தக் காலம் !
எங்கெங்கு காணினும் சக்தியடா!
அதை , இங்கிருந்தே காணிடல் புத்தியடா !
கர்வம் அல்ல, வீரம் அல்ல, புகழ்ச்சி அல்ல !
இணையம் தந்த விவேகம் இது - வேறென்ன சொல்ல!
வாழ்க இணையம்! இனி கோள்கள் இணையும்!
இணைய தளம்
இது ... ஆயிரமாயிரம் .... இதயங்களை ஒன்றாய்
இணைக்கும் தளம்....

                    - Ala

விக்னேஷ்,

தொலைபேசி எண்

பெண் வீட்டில் சுற்றம் சூழ கேலியும் தாக்க
தவிப்பாய் பார்க்கையில் மாப்பிளை வெட்கம்
அழகோ அழகு!

பார்த்தும் பார்க்காமலும் ஆணும் பார்க்கையில்
காதலிலும் காணாத தவிப்பு கண்களில் தெரியும்!

ஜன்னல் மறைவில் பெண்முகம் கண்டால்
ஆணுக்கும் கன்னம் சிவக்கும்!

அவள் தொலைபேசி எண்ணை
இவன் பெற்றிட செய்யும் ஜாலங்கள்
சிந்துபாத்க்கும் சோதனைதான்!

அவனும் அவளும் தனித்து இருக்க
வார்த்தை போராட்டம் மௌன தேரோட்டம்!

விடைபெறும் நேரம் பாதம் பாதை நோக்க
விழிகளோ முகம் தேடும்!

ஆண்களின் வெட்கம் எழுதபடாத
கவிதை படிக்கபடாத பாடல்!

எழுதப்பட்டும் படிக்கப்பட்டும் இருக்கிறது
ஒவ்வொரு பெண்பார்த்தலிலும்!

- Ala

வலைதளம்

நானும் சிலந்தியாய்
வாழ்ந்துவிட்டுதான் போகிறேன்
வலை தளத்திலே!

தூரத்திலே - தெரியாதநேரத்திலே
அந்தி வானத்திலே இரவு நேரத்திலே
பேசுவேன்.. நான்

பின்னிய பிரச்சினையுடன்
அன்னிய மண்ணில் -- வாழும்
நானும் வாதாடுகிறேன் வக்கீலாய்!

அழகிய அம்மாவுடன்
நெருங்கிய தோழிகளுடன்
ஆட்சி செய்யும் அண்ணனுடன்
பின்னிய பின்னல்
இந்த கவிதை பின்னலில்

- Ala

விக்னேஷ்,

இணைய நட்பு அலை

பல தேசப் பறவைகள்
பாகுபாடு மறந்து!

வருடம் முழுதும் உரையாடும்
வேடந்தாங்கல்!

நட்பு அலைகளைப் பின்னும்
வலைதளம்!

இதயங்களை இணைப்பதால்
இணையம்!

பிசிராந்தயார்-கோப்பெருஞ்சோழன் நட்பு
புதிய கோணத்தில்!

கணினி யுகத்தில்
இடுக்கண் களையப்படுகிறது-
இணைய நட்பில்!

- Ala

கணினி யுகம்

என் உள்ளம் கவர்ந்துசென்ற உருவமில்லா ஸ்னேகிதியே!
எங்கே நீ போய்விட்டாய் ஏன் என்னை அழவிட்டாய்?

திங்கள் தொடங்கி இங்கு தினம் ஏழும் காத்திருந்தேன்
எங்கேயோ இருந்துகொண்டு என்னைச் சிறைப்பிடித்தாய்!

காலை எழுந்தவுடன் காப்பியில்லை டீயில்லை
கணினியே கதியென்று காத்திருக்க வைத்துவிட்டாய்!

இ மெயிலில் எழுப்பிவிட்டாய்!
வாய்ஸ் மெயிலில் சிரிக்கவைத்தாய்!
வாழ்த்துக்கள் அனுப்பி என்னை வானத்தில் பறக்கவைத்தாய்!
முகத்தை மட்டும் ஏன் மறைத்தென்னை சோதித்தாய்!

உன்னோடிருந்த இனியபொழுதுகளில்
எல்லாத் தளங்களும் நமக்கென்று நேசித்தேன்!
இரவும் பகலுமெல்லாம் அவற்றையே சுவாசித்தேன்!

இன்று நீயில்லாத் தனிமையில் அத்தனை தளங்களும்
போர்க்களமாய்த் தெரியுதடி!

- Ala

விக்னேஷ்,

இணையத்தின் கவிதை

என் கவிதைக்கு கிடைத்தது ஒரு இணைய நட்பு!
கவிதைக்கு மட்டுமில்லை கண்ணா
கலங்கிடாதே கண்ணுக்குள் மணியாய்
இணை பிரியா நட்பு இந்த இணைய நட்பு!

"கருத்து வேறுபாடு ஒன்றும் தடையில்லை நட்புக்கு!"
கருத்தாய் சொன்னாய் நீ கிடைத்த உன் நட்பு
எனக்கு கடவுளைப் பற்றிய ஈடுபாட்டாலென்றால்
கடவுளுக்கே என் முதல் நன்றி!

கவியில் இன்னும் நடைபழகும் குழந்தைதான் நான்
காத்திருந்து கிடைத்த உன் நட்புக்கு
தந்தேன் இதை பரிசளிப்பாய் உனக்கு!
சண்டை போடவா என் நட்புனக்கு
இல்லை திட்டிக்கொள்ளவா? -

நம் சகோதரிகளை சமாதானப்படுத்தவே
இந்த சாக்குபோக்கு - ஆம்!
நீதான் ஐடியா ராணியாச்சே!

- Ala

ஆன்லைன் காதலி

நீ யார் என்றும் தெரியாது இருந்தாலும்
என் மனம் உன்னை விட்டு விலகாது!

நேரில் பார்க்க முடியாத வருத்தம் இருந்தாலும்,
செலவு மிச்சம் என்று
சில காதலனின் மைண்ட்செட் ஆக இருக்கும்!

நீ ஸ்டேட்டஸ் போட்டால் பலமுறை பார்ப்பேன்!
நான் ஸ்டேட்டஸ் போட்டால் நீ பார்த்தாயா என்பதை
நிமிடத்திக்கொருமுறை பார்ப்பேன்!

நீ என்னை காயப்படுத்தினாலும்
என் காதலையே தருவேன்!
வேறு யாராவது உன்னை காயப்படுத்தினால்,
உன் காலடியிலே நிறுத்துவேன் அவனை!

நிலவு இல்லா நேரங்களில் எல்லாம்
உன் முகத்தை தேடிப் பார்த்தேன்!
இனி நிலவாக இவள் முகம் வேண்டுமென்று
வானத்திடம் கேட்டேன்!

நீ என்னை வெறுப்பது ஒன்றும் புதிதல்ல,
அன்பே உன்னை மறந்திட என்னிடம் துணிவில்லை!

                          - கவிஞர் த. கவின்குமார்

விக்னேஷ்,

இணைய உறவு

நல்ல உறவுகள் பூக்களே இல்லாத நந்தவனம் போல
நட்சத்திரங்களே இல்லாத வானம் போல
உறவுகளே இல்லாத வீடுகள் வெறுமையானவை
துயரத்தில் நம்மோடு சேர்ந்து சிரிப்பதற்கு
நமக்கு உறவுகள் வேண்டும்
உறவோடு இணைந்து வாழ்ந்திடுவோம்
நாம் பிறக்க போவதில்லை மீண்டும்.
நம் நலம் விரும்பும் உறவுகளை நாம் பெற்றால்
அதுவே நம் பொக்கிஷம்
இப்போது உறவுகள் எல்லாம் இணையதளத்தில் இணைகிறது
அந்த உறவோடு நாம் இணைந்து
வாழ்ந்தால் நிம்மதி என்றும் நம் வசம்.
நாம் சேர்த்து வைத்த எதுவும் வரப்போவதில்லை நம்மோடு....
நாம் இறந்த பின்பு சுடுகாடு வரை
உறவுகள் மட்டுமே வரும் நம் பின்னோடு

- இவள் பிரிதிபா

இதழ் மொழி

இதழ்கள் உரைக்காத வார்த்தைகளை
உன்னிரு விரல்கள்கொண்டு
இணையத்தின் இன்ஸ்டாகிராமில்
எனக்காக இதழ் உரைத்தவள்
உள்ளத்தால் உலகளவு நொந்த நீ
எனக்காக உலகளவு சிரித்த நாட்களே அதிகம்
உன் இதழ்கள் சிரித்திட
என்றும் உன் சிரிப்பில் நானாய்
இருந்திட ஆசையே என் கண்மணி

- உன் சிரிப்பில் நான்

விக்னேஷ்,

இணையத்தில் காதல் தேவதை

முகத்தை பார்க்காமல் அன்பை பரிமாறினோம்
என்மேல் அளவு கடந்த பாசத்தை
பக்குவமாக அளித்தாள்
இவள் மேல் சிறிய கோவம் தான்
என் தேவதையின் முகத்தை
நான் கூட நேரில் கண்டது இல்லை
இருந்தாலும்
இந்த இணையம் எனக்காக
பிறந்த இவளை என்னிடம்
கொண்டு சேர்த்ததே

- த. அருணா

இணையத்தள காதல்

இணையத்தில் அறிமுகம் ஆனவனே!
என் இதயத்தின் திறவுகோல் ஆனவனே!
நின்முகம் காட்டாமல் உன் அகம் அறிய செய்தாய்!
என் கவிதைகளின் பிழை திருத்த என் இதயத்தில் குடியேற
செய்தாய்!
உந்தன் பாச வலையால் என்னை மலர் போல் தினமும் பூக்க
செய்தாய்!
நிதம் உந்தன் காதலினால் என் மனம் திளைக்க செய்தாய்!
இருவருக்கும் இடையே காதல் வந்தும் வெளி
சொல்லாமல் எனில் மட்டும் உணர செய்தாய்!
காலமோ நம் காதலின் ஆழத்தையும் உணர செய்ய!
மனமோ பட்டாம்பூச்சியை போல் சிறகடித்து துடிக்க!
நம் காதலோ கடலின் ஆழத்தை போல் அதிகமாக!.
இந்த இணையத்தில் இணைந்த என்னை
உன் இதயத்திலும் இணைய வழி செய்வாயா!
நின்முகம் காட்டி உன்னில் என்னை கரைய செய்வாயா!
இணையத்தில் இணைந்த நம் இல்லறத்தில்
இணைந்திட செய்வாயா!
என் இணைய நண்பனே...

- கோ. பவித்ரா (கவிதை காதலி)

விக்னேஷ்,

படவரி பயணங்கள்

உறவென்று சொல்ல ஆயிரம் இருப்பினும்
ஊரடங்கின் போது
தோல் கொடுத்த தோழன் என்றால்
அது படவரி தான்
பார்க்கும் இடங்களில் எல்லாம் மன மகிழ்ச்சிக்கு
பல வித படைப்புகள்
மழைத்துளிகளை போல பரவி இருந்தது
படவரி என் கவனம் முழுவதையும்
வெகு விரைவில் ஈர்த்தது
எனக்குள் இருக்கும்
தனித்துவத்தை உணரசெய்தது
எண்ணிலடங்கா என் கற்பனைகளை எழுத்து வடிவில்
உருவாக்குவதற்கு என் தோழனாய் வழி நின்றது
ஊரடங்கில் என் உயிர் தோழனாய்
படவரி முதலிடம் வகித்தது

- வினிதா. அ

இணையமும் நாமும்

தேசம் வளர்ந்து வரும் சூழலில்
வளர்ச்சி எனும் தடம் பதிக்க!
காற்று வழி செய்திகள் அனுப்ப!
தூரத்து கல்வி பயில!
தொலை தூரத்தில் உள்ளவர்களிடம் பேசி மகிழ!
கம்பி இல்லா சேவை
அனுதினமும் மாற்றி அமைக்கிறதே மனிதனின் வாழ்வை!
இணையத்தில் தானே நடக்குது
இன்று பலரின் பொழப்பு!
அதில் தானே அறிய முடிகிறது நாட்டின் நடப்பு
கல்வி கூட இணையம் வழி வந்தாச்சி!
காய்கறி கடையும் கூட அதிலேதான் சேர்ந்தாச்சி!
காதல் ஜோடியும் தான் பல இங்கு உருவாகிறது!
கவிதைகள் சிலவும் அதில் அரங்கேறுது!
அறிமுகம் இல்லாத நபர்களால் சில நேரம் ஏற்படும் தொல்லை!
அளவாய் பயன்படுத்தினால் ஆபத்து ஏதும் இல்லை!
பார்த்து பயன்படுத்திடுவோம்!
பாதுகாப்பாய் இருந்திடுவோம்!

- ரா.வெங்கடேசன்

விக்னேஷ்,

காதல் இன்பம்

தேசமே உள்ளங்கையில் அடங்கி போனது!
தாம் அறியாத வினாவிற்கும்
உலகமே இணையத்தில் தான் விடையை தேடுது!
முகம் தெரியாதவர் கூடவும் பழகளானது!
காற்றோடு காற்றாய் சில காதல்கள் வளருது!
இன்று இணையம் தான் ஒற்றை விரலில்
உலகத்தை ஆளுது!
இணை இல்லா சேவையை இணையம் தான் வழங்குவது!
அது இல்லாத உலகத்தை நினைத்தால் மனம் தான் பதறுது!
இணையத்தாலும் இணைவோம்!
இதயத்தாலும் இணைவோம்!

- ரா.வெங்கடேசன்

இணையவழியில் நேரம் விரயம் செய்யும் இதயங்களே

இரவும் பகலும் என்றும் பாராமல் கூட
இமைக்காமல் இருக்கும்
உன் இமைகளை கேட்டு பாருங்கள்
உன் இளமை வீணாகி கொண்டிருக்கும் நேரத்தை கூறும்

இணையத்தில் இணைப்பில் உள்ளவரிடம்
இனிமையாக பேசும் நீ
இல்லத்தில் உன் அருகில் உள்ளவர்களிடம்
இன்முகத்தை காட்ட மறுப்பது என் ?
இணையம் நம் நேரத்தை போக்குவதற்குத்தானே தவிர

பொழுதுகளை முழுவதும் இணையத்தில் இணைந்து
தன்னை மறந்து நம் வாழ்நாளை
குறைப்பதுற்கு அல்ல.

- ஜலீஸ்குமார் குப்புசாமி

விக்னேஷ்,

உலகம் என் கையில்

உரக்க சொல்லுங்கள் உலகம்
என் கையில் என்று !
கடலின் ஆழத்தை அளக்க
கன நொடி போதுமே!
கால்கள் படாத இடத்திலும்
கணினின் சுவடு தெரியுமே !
இணையத்தால் முடியாது என்று
இல்லை ஒன்றும், இணையத்தில்
இணைந்திருந்தால் போதுமே !
இன்பம் வந்து குவியுமே !

- ஜலீஸ்குமார் குப்புசாமி

இத்தனையும் இணையத்தாலே

ஆயிரம் சொந்தங்கள் அருகருகே இருக்க !
ஆன்லைன் சொந்தங்கள் எதற்கு நமக்கு !
முதலில் முகம் அழகு என்பார் !
இருக்கும் இரண்டு இதழும் அழகு என்பார் !
உன் உள்ளம் சிறை என்பார் !
அதில் நான் கைதி என்பார் !
காமத்திற்கு மறுபெயரிட்டு காதல் என்பார் !
நீ பணிந்து கனிந்தாள் சந்திப்பு என்பார் !
பணியாவிட்டால் அவமதிப்பு செய்வார் !
இத்தனையும் வந்தது இணையத்தாலே என்று எண்ணுவாய் !
இனியாவது விழித்துக்கொள் !
என் இணையவழி இதயமே.

- ஜலீஸ்குமார் குப்புசாமி

விக்னேஷ்,

இன்பமும் இணையமும்

இன்பமான உறவுகள்!
என் இதயத்தை தாக்கிட!
இளைப்பாற இடம் தேடினேன்!
இணையம் என்னை வா என்றது!
இன்றுவரை இணைந்தே இருக்கிறேன்!
இன்பத்துடனும், இணையத்துடனும்!

- ஜலீஸ்குமார் குப்புசாமி

ஈடில்லா இணையமே

இணையவழித் தொலைந்த இதயங்கள் ஏராளம்
ஈரமாய் இருக்கும் இதயங்களை பிழிந்து
காதல் வடிக்க செய்வது இணையம்தான்
செயலிழந்து கிடந்தேன் செயலிகளால் எழுந்தேன்
வலிகளை எல்லாம் வாட்ஸாப்பில் பகிர்ந்தேன்
இமயம் அளவு தொலைவில் இருப்பதையும்
இமை பொழுதில் கண்முன் கொண்டுவருகிறாய்
இளைப்பாராது இயங்கும் இணையமே நீ நின்றால்
இங்கு பலருக்கு இதயமே நின்றுபோகிறதே
இதயம் ஓய்வெடுத்தால் மரணம்
இணையம் ஓய்வெடுத்தால் ?

- மணிராஜ் .பா

விக்னேஷ்,

முகநூல் நண்பன்

முகநூலில் முகம் பார்க்காமல்,
அறிமுகம் ஆகி, உண்மையாக பேசி பழகி,
உரிமையோடு சண்டை போட்டு,
உள்ளத்தால் கலங்கம் வந்தாலும்,
உணர்வு வார்த்தையால்,
ஆருதல் சொல்லி, அன்புக்கட்டளை ஆயிரம் இட்டு,
அழகில்லாத என்னை கூட,
வார்த்தைகளால் அழகு படுத்தி,
வாழ்கையிலே இணையாமல், இணையத்தால்
கை சேர்ந்த நட்பு ஒன்று,
கடல் கடந்து வாழ்ந்தாலும்
, கவலையினை கரைத்து விடுகிறது ,
இணையத்தின் இதய நட்போடு......

- நாமக்கல் செந்தில்

இணையவழி நட்பு

இதுவரை உன் முகம் பார்த்தது இல்லை
உன்னுடன் மனம் விட்டு பேசாத நாட்களும் இல்லை!

தொடுதிரையில் நாம் உறவாடினாலும்
தொலைதூர உறவனாலும் தோழமை என்றால்
எனக்கு நீ மட்டுமே!

குறுஞ்செய்தியும் குதுகலம் தரும் என்பதை
குறுகிய காலத்தில் நானும் உணர்ந்தேன் உன்னால்!

இணையத்தில் தொடங்கி இதயத்தின் வழியே பயணிக்கும்
நம் "இணையவழி நட்பு" இறுதிவரை தொடரட்டும்!
இடைவெளி இல்லாமல் நம் அன்பு மலரட்டும்!

- யாமினி

விக்னேஷ்,

இணையத்தால் தொலைந்த நாட்கள்

1. உன்னை தொட ஆரம்பித்த நாள் முதல் புத்தகங்களை தொட மறந்தேன்

2. உறவினர்களுடன் பேசி சிரிப்பதை மறந்தேன்

3. நண்பர்களுடன் சென்று பயணிப்பதை மறந்தேன்

4. முகம் பார்த்து பேசுவதை மறந்து முகநூலில் பேச ஆரம்பித்தேன்

5. வீட்டில் இருப்பவர்களிடம் காட்டாத அன்பை முகம் தெரியாத இணையவழி இதயங்களிடம் காட்ட ஆரம்பித்தேன்

6. இணைந்து இருப்பதை மறந்து இணையத்தில் நுழைந்தேன்

7. நிஜ உலகை மறந்து இணையதள உலகில் பயணித்தேன்

8. உலகின் அழகான விஷயங்களை மறந்து இணையத்தில் அறியாத விஷயங்களைத் தேடினேன்

9. பள்ளி செல்லும் வயதில் பப்ஜியில் வாழ்க்கையை தொலைத்தேன்

10. ஆயிரம் உறவுகள் அருகில் இருந்தாலும் முகம் தெரியாதவர்களிடம் அறிமுகமாக என் விரல்கள் ஏங்கியது

11. ஆறு சென்டிமீட்டர் அளவுள்ள கை பேசியும் ஆறடி மனிதர்களை அடக்கி வைத்துள்ளது

12. பலரின் இன்டர்நெட் காதல் இண்டர்வியூ இல்லாமலே சென்றது

13. முகநூலின் ஒற்றை குறுஞ்செய்தி சத்தம் கேட்டதும் குருவி போல் பறந்து வருகிறேன் நான்

14. ஏதேனும் சந்தேகம் என்றால் சிந்திப்பதை மறந்து கூகுலை தேடினேன்

15. என் மூளை, என் கண்கள், என் விரல்கள் அனைத்தையும் இணையத்திற்கு அடிமையாக்கினேன்

16. என் வாழ்வில் இணையத்தில் நுழையாத விடியல் இல்லாமல் போனது

17. உண்ணும் போதும் இணையம், உறங்கும் போதும் இணையம், பேசும் போதும் இணையம், தேடல்களில் இணையம் என்று என் நாட்களின் ஒவ்வொரு பொழுது களையும் இணையம் தன் வசம் இழுத்து கொண்டது

- ஜனனி. ஜெ

விக்னேஷ்,

இணையம் தந்த இதயம்

உறவாட உறவு இல்லை
களவாட பெண் கனவுகள் கூட என்னிடம் இல்லை!
தாயிடம் சொல்ல கண்ணியம் இல்லை!
தந்தையோ எதையும் கேட்கவில்லை!
அண்ணன் என்றவனும் அமைதி
நண்பர்கள் கூட்டமோ தேடினான் காணவில்லை!
இப்படி உறவு என்னும் சொல்லின்
அர்த்தம் கூட இவன் வசம் இல்லை!
கையிலே ஒரு பேனா குறிப்பு எழுத அல்ல
இவனின் இதய கதையை எழுத !
மையிட்ட பேனா எழுத தொடங்கியது
கனவுகளும் உறவுகளும் இல்லா
இவன் உலகம் இனி இவள் வசம்
வாருங்கள் சேர்ந்து இவர்கள்
இதய உறவை ரசிக்கலாம் !
பதினேழு ஆண்டுகள் போல்
இந்த இரவு அமைதியாய் கடக்கவில்லை
இவன் முதல் துணை கைபேசி இவனை அன்று
ஏனோ மோகப்பார்வையால் வாவென்றது

விரல் தொட்டு முத்தமிட்டான் மெதுவாக கைபேசியை
இரு கட்டைவிரலால்(Typing)
படவரி(Instagram) காட்டிய காவியம் அன்று
இவன் முகவரி ஆகும் என்று தெரியவில்லை...
அன்று அவன் பார்த்த அந்த முதல் முகம்
கடல் அலையும் காவிய தலைவனும் போல்
இவன் கதாநாயகனாக தன்னை மெருகேற்றி கொண்டான்
யார் என்று தெரியாத அந்த கன்னி
இவன் உள்ளம் நோக்கி பயணத்தை தொடங்கினாள்
இந்த ஆண் உள்ளம் துறந்த அந்த கவிதை நாயகிக்கு
அகவுக்குரல்(Hello) பரிமாறியது
காதல் தேவி இவன் வாசல் அமர்ந்திருந்தாள் போல
அவளும் தனிமை இருளில் அடங்கி கிடந்தவள்
தனக்கே அறியாமல் தன் உள்ளம் சேர்ந்தது அவனை...
தனிமை தனிமையையே விரும்பியது போல...
வயதுக்கு வந்த அந்த வெண்ணிலாவும்
வெட்கப்பட்டு காரிருளில் அடங்கியது...
வாசம் வீச மணக்கும் மல்லிகை அன்று ஏனோ
அவர்கள் உரையாடல் கண்டு தன் வாசம் மறந்தது !
இரவு ஏதோ ஒன்றுதான் ஆனால் இருளில் தவித்த

விக்னேஷ்,

அந்த இரு உயிர்கள் அன்று இறகாய் பறந்தது காற்றில்...
கன்னியவள் முகம் அறியா
கன்னியவன் முகம் அறியா
பூத்த இந்த இரு இதயம் தான் உண்மை காதல்...
இது இணையம் தந்த இதயமாய் இருக்கலாம்
ஆனால் இது இருவர் நிலை அறிந்து இறைவன் தந்த
இணையம்...
இவர்கள் இதயம் இன்று போல் என்றும்
தேன் அடங்கிய பூக்கள் போல பூத்துக்குலுங்க வேண்டும் ...
கனவை தேடி ஓடும் உலகம்
இது அதில் சிறு இதயமும் பகிர்ந்து கொண்டு ஓடுவோம் !
என்னவள் வாசத்துடன்
என்றும் வாடாமல் இருக்கும்
என் நினைவுகள் !
என்னுடன் பயணித்ததற்கு நன்றி !

- வீரபாண்டி.ந
(இதயரசிகன்)

இதயத்தை இணைத்த இணையம்

காலம் போட்ட கோலத்தால், காண இயலாதோ
என் காதலியை என்று ஏங்கிய படியே என்றுமிருந்தேன்!
ஆனால் இணையமோ எங்களது இதயத்தை சேர்த்த படியே
இனிமைபயக்கிறதே இன்று!
ஆம்.,
அவளின் குறும்பு பேச்சை இணைய
குறுஞ்செய்தியில் கண்டேன்!
அவளின் இனிமைக் குரலை
இணைய குரல்பதிவில் கண்டேன்!
அவளின் தன்னிகரில்லா அன்பை
இணைய தகுப்பாட்டில் கண்டேன்!
அவளின் கண்கவரும் நிலவுபோன்ற முகத்தை,
காணொளி அழைப்பில் தெளிவுபட ரசித்தேன்!
இணையமோ இத்தனை இனிமையை இயன்றவரை
எனக்கு செவ்வனே தருகின்றதே
இதயத்தை இணைத்துக் கொள்ள..!

- நெல்லை சதிஸ்

விக்னேஷ்,

இணைய தளத்தின் பயன்பாடு

ஆதவனைச் சுற்றும் பூமிப் பந்தையே!
தன் வசம் ஈர்த்து !
தொழில்நுட்ப வளர்ச்சிகளைச் செலுத்தி!
நவீனத்தை வெளியுலகிற்கு காட்டிய!
மின்னல் வேகத்தில் செயல்படும் இணைய தளமே!

இன்று உன்னை நம்பித்தான் மாந்தரின் வாழ்வே!
தினமும் தடையின்றி செல்கிறது!
பள்ளி பயிலும் மாணவன் மட்டுமா?
இன்று சிறு மதலைக்குச் சோறு ஊட்டவும்!
இணைய தளம் தான் முக்கியப் பங்கு வகிக்கிறது!

அன்று புரவி ஏறி உலகை வலம் வந்த!
மனிதனின் வரலாறு இன்று கூகள் மேப்ஸ்!
தளத்தின் வழியே வரலாறு படைக்கிறது!
ஒரே நொடியில் மனிதன் உலகின் பல மூலைகளுக்குச்
செல்கிறான்!

அன்று புத்தகப்பையைச் சுமந்துச் சென்ற காலம் மறைந்து!
இன்று இணைய தளத்தின் முன் அமரும் நிலை வந்துவிட்டது!
பயணக் கட்டணம் இன்றி!

இலவசமாகச் சுற்றலா செல்லும் வாய்ப்பை அமைத்தது!

அன்று போர் ஆயுதம் ஏந்திய மாவீரனின் கைகளோ!
இன்று இணையத்திலேயே விரல்களைப் பதித்துவிட்டன!
நேரமும் மிச்சம் செலவும் மிச்சம்!
என்ற கொள்கையில் இயங்குகிறது உலகம்!

படிப்பில் தேறாவிட்டாலும் குழந்தைகள் இணையத்தைப்!
பயன்படுத்துவதில் தேறிவிடுகிறார்கள்!
எவரின் துணையுமின்றி வேண்டியதைப் பெறுகிறார்கள்!
நண்பர்களோடு களிக்க வேண்டியத் தருணங்களை!
இணையத்தளத்தோடு களிக்கிறார்கள்!

எத்துணை கடினமான பாடங்களாய் இருந்தாலும்!
நின் உதவி இருப்பின் அனைத்தும் ஜெயமே!
நாடே உன்னை நம்பித்தான் அடுத்த காரியத்தை
மேற்கொள்கிறது!
உன் மூலம் காரியத்தை எளிதில் முடித்துவிடலாம் என்ற
நம்பிக்கையில்!

விக்னேஷ்,

இணைய தளமே உனது கருணையால் இன்று!
மனிதன் நிலவை எட்டிவிட்டான்!
ஆழ்கடலைத் தொட்டுவிட்டான்!
உலகின் பல மர்ம முடிச்சிகளையும் திரைக்கு முன் கொண்டு
வந்தான்!

ஊக்கத்துடன் பல புதிய சலுகைகளைச் செலுத்தி!
உலக மக்களையே உனக்கு அடிமையாக்கிவிட்டான் மனிதன்!
அன்று தொலைக்காட்சி இல்லாமல் வாழ்ந்த அதே மனிதன்!
இன்று இணைய தளம் இன்றி வாழ்வது வரலாற்றில்
சாத்தியமா?

- ரோஹிணி

யாதுமானவன்

உன் முகமும் காணவில்லை!
உன் குரலும் கேட்டதில்லை!
நீ யாரென்றும் அறியவில்லை!
திடீரென உன்னிடமிருந்து ஓர் குறுஞ்செய்தி!
உன் படவரி கணக்கிலிருந்து
ஏகத்திற்கும் வந்தது கோபம்!
இருந்தும் சொல்லா ஓர் உணர்வு!
உன் குறுஞ்செய்தியில்
ஈர்ப்பா? காதலா?
கண்கள் பேசவில்லையே!
கரங்கள் இணைக்கவில்லையே!
என்ன உறவிது!
யாரோ ஒருவனாய்!
நண்பனாய்!
காதலனாய்!
இன்று கணவனாய்!
மஞ்சள் நாண் சாட்சியுடன்!

- சரண்யா தேவி குமரவேல்

விக்னேஷ்,

இணையமே காதல் என்றால்

விடிந்தும் விடியாததுமாகிய எந்தன் அதிகாலைகள்!
உந்தன் வாசத்தில் துவங்குகிறது!
எனை அறியாமல் உன்னில் தொலைந்து போனேன்!
தொலைந்த பின் உன்னுள் எந்தன் தேடலை தொடங்கினேன்!
தேடலை தொடங்கிய கணம் நான் அறிந்திருக்கவில்லை!
தேட தேட திகட்டாத பாடங்களை படிப்பேனென்று!
இறுதி மூச்சு வரை நீயும் நீ கற்று கொடுத்த பாடங்களும்!
என்னில் நிறைந்து இருக்கும்!

- மகிழ்

இனிமையான தோழி

தோல் சாய துணையாக!
என் மனம் வருந்தும்போது!
உனக்காக நான் இருக்கிறேன்!
என்று கூறும் அன்பான தோழி!
அவள் அன்பின் அழகிற்கு
ஈடு இணையில்லை!
இந்த இணையத்தின் வழி
கிடைத்த இனிய தோழமைஅவள்!

- இதய தூரிகன்

விக்னேஷ்,

இன்ஸ்டாகிராமில் இதயம்

இன்ஸ்டாகிராம் உறவு !
ஏனோ தந்தை அலைபேசி வாங்கித்தந்தார், என் இதயதிருடனே !
ஏனோ இதில் இணையம் இணைத்தேன்!
ஏனோ இன்ஸ்டாக்ராமில் இதயத்தை தொலைத்தேன் !
கள்வரே !

ஏனோ உம்மை நேரில் பார்க்காமல் அன்பை உணர்ந்தேன் !
குரலை கேட்காமல் உம் பாசம் அறிந்தேன்!
உம் ஸ்பரிசம் உணராமலே உன் நேசம் புரிந்தேன் !
நிறம் தெரியவில்லை!
உருவம் கண்டதில்லை !
உயரம் பார்த்ததில்லை !
முகம் அறியவில்லை !
அந்த அலைபேசியில் 'Hi' என்ற உன் Message- காக
இரவும் பகலும் விழித்திருந்தேன் !

என் தவிப்பை நீ புரிந்து கொள்ளாயோ!
இணையதில் தொலைத்த இதயத்தை நீ திருப்பி தாராயோ !
இன்ஸ்டாகிராம் காதலனே !

                                        - தேவி ஶ்ரீ ஏ .மு

இன்ஸ்டாகிராம் இளவரசி

காதல் மழையில் தினம் ஒரு இடி விழுகிறது!
இன்ஸ்டாகிராமில்!
அவள் இடுகையாக!

பல கோடி கவிதைகள் கொட்டினாலும்!
தீராத குபேர கடன்!
அவள் இணையத்தில் பதிவேற்றும்!
புகைப்படங்கள்!

- Asb-திருமுருகன்

விக்னேஷ்,

இணைய நட்பு

இணையத்தை நாடி!
இதயத்தை தேடி!
இறுதியில் இணைந்த நட்பு!
நாளடைவில் உறவென உருகி உள்ளம் என ஒன்றாகி!
உதிரம் ஒன்றில்லை உணர்வு ஒன்றுதான் என்னும்!
அளவுக்கு ஒப்பிட முடியாத ஓவியம் ஆனது எங்கள் இணைய
நட்பு!

- Sabari kavithaigal

இணையம்

நன்னெறி உண்டே!
அதற்கீடாய் தீய நெறிகளும் உண்டே!
தெரு விளக்கின் ஒளியில் ஓடித்திரிந்தோம்!
சப்தம் கூட கூட திட்டுகளும் தித்திப்பானது கதைகள் பேசி
சிரிப்பின்!
சப்தத்தில் செவிகள் மோட்சம் அடைய நிலவும் நம்மை
ரசித்தது!

அன்பை புகட்ட கிழவிகளும்!
அதட்டல் போட கிழவர்களும்!
ஆனந்தமாய் வாழ்ந்தோம்!

தவறென திருத்த ஆட்கள் இருந்தது!
இன்றோ தவறுகள் செய்ய இணையமே வழிவகுத்தது!

திறமைகளை வளர்க்க விரும்பி ஒரு கூட்டம்!
திறமைகளை வெளிப்படுத்த ஒரு கூட்டம்!
அறிவியலை விளக்க ஒரு கூட்டம்!
வித்தியாச உலகை பல கோணத்தில் காட்ட ஒரு கூட்டம்!
அறிவுக்கு தீணியிட ஒரு கூட்டம்!
பேசுவதற்கென்று ஒரு கூட்டம்!
ஏசுவதற்கென்றே ஒரு கூட்டம்!
காதல் என்ற பெயரில் கலாச்சாரத்தை கெடுக்க ஒரு கூட்டம்!
காமத்தின் பிடியிலோ ஒரு கூட்டம்!
சாதிக்காக ஒரு கூட்டம்!

விக்னேஷ்,

கெட்ட வார்த்தைகள் படிப்பிக்க ஒரு கூட்டம்!
பெண்ணை அன்பின் பிடியில் இழுத்து இன்புற நினைக்கும் ஒரு
கூட்டம்!
ஆபாசத்தை ரசிக்க ஒரு கூட்டம்!
இப்படி பிண்ணி பிணைந்து தஞ்சமடைந்தன இணையக்
கூடாரத்தில்
நன்னெறியோ தீநெறியோ பாதைகள் பல இருந்தாலும்
தேர்வு சரியாய் இருந்தால் தீமை ஏது?

- Maryam Ahamed jeelani sikkander

மொழியற்ற விவாதம்

சில நேரங்களில் நாம் யாரென்று
நமக்கே உணர்த்த சில உறவுகள் கிடைக்கும்..!
கண்கள் பார்த்து தான் பேச வேண்டும் என்றில்லை
உணர்வுகள் உணர்த்தி விடும் ஆழமான நட்பை..!
இதயம் கணத்து, இதழ் சிரிக்க தவிக்கும் போது
சிறு சத்தத்துடன் குறுஞ்செய்தி போதும்..!
ஆயிரம் கவலைகள் அருவியாய் ஓடிவிட
சில நொடி உரையாடல் போதும்..!
செல்லமாய் சில சண்டைகள் -பேச
தாமதமாகி நகர அடம் பிடிக்கும் நிமிடங்களில் ..!
உறங்க விடாமல் செய்யும் பிரச்சனைகளுக்கு இடையில்
கற்பனையில் தாலாட்டும் தாயென்றால் மிகையாகாது..!
கவலையை கடன் வாங்கிக் கொண்டு -வட்டியும் முதலுமாய்
சிரிப்பைக் கொடுக்கும் கந்துவட்டிக்காரன்..!
கைப்பிடித்து பயணங்கள் ஏதுமில்லை -இருந்தபோதிலும்
கடைசி வரை கைவிடா நட்பு அவன்..!
மொழியற்ற மௌனங்கள் பல நேரம்
பேசி விடுகிறது உணர்வுகளை இரகசியமாய்..!
பொறாமை எனும் சூனியக்காரி நம்முள்

விக்னேஷ்,

இணையத்தில் இருந்தும் நம்மோடு இணைப்பற்ற நேரங்களில்
..!
சூழ்நிலைகள் விருப்பப்படி மாறட்டும் -கடந்து
வந்த சூழல் நினைவுகளாய் நட்பு அவர்களோடு..!
அழைபேசி அழிந்து போனாலும் -நம் நட்பு
அழியா பொக்கிஷமாய் நம் மனதில்
இறப்பிற்கு இரு நொடி முன் வரை.

- நர்மதா.சு
கள்ளியின் கிறுக்கல்

நீயும் என்னோடு வா

முகம் பார்த்துப் பேசும் மனிதா!
என்னோடு சல்லாபம் புரிய நீயும் வா!

நீயும் நானும் ஒன்றிணைந்து
புதிய படைப்புகளைப் படைத்திடலாம்!
நீயும் நானும் சேர்ந்து புது உலகத்தையே உருவாக்கலாம்!

மனிதா என்னிடம்
நன்மையும் உள்ளது
தீமையும் உள்ளது
உனக்கு எது வேண்டுமோ
அதை நீயே எடுத்துக்கொள்!
உன் முன்னேற்றத்திற்கு
அதைப் பயன்படுத்திக்கொள்!

என்னால் நீ வளர்ந்தால் அது உனக்குப் பெருமை!
என்னால் நீ வீழ்ந்தால் அது
உனக்குத் தான் சிறுமை!
சிந்தித்துப் பார்!
உன் தாத்தா காலத்தில்
தகவல்கள் சென்றடைய ஒருவாரம் தேவைப்பட்டது
உன் தந்தை காலத்தில்
அது ஒரு நாளாகச் சுருங்கியது
இன்று தகவல் நொடிப்பொழுதில்
சென்றடைகிறது!
எப்படி இந்த வளர்ச்சி?

விக்னேஷ்,

உன்னைப் போன்ற ஒருவன்
தான் என்னைப் படைத்தான்
அன்றிலிருந்து இன்றுவரை
என்னை மெருகேற்றிக் கொண்டே உள்ளனர்!

இன்னும் நான் வளர்வேன்!
உங்களுக்கு இறைவன் தராத பல வசதிகளைத் தருவேன்!

நீயும் என்னோடு வா!
என் வளர்ச்சியில் உனக்கும் பங்கு உள்ளது!

- பா.பிரியன்பாபு

இணையதள நட்பு

எங்கு இருந்தாயோ என் இதயத்தை கொள்ளை கொண்டு போக
வந்த ராட்சச சுறா நீ!
என்னை நான் பார்க்க மறந்தேன்!
நடக்கும் பாதை மறந்தேன்!
பேசும் மொழி மறந்தேன்!
உணவு உண்ணும் நேரம் கடந்தேன்!
உற்றார் உறவினர் வருகை மறந்தேன்!
அலைபேசியை அலைச்சல் பேசி!
என பேசி திரிந்த நான் உன் வருகையால் அலைபேசி!
இப்போது என் வாழ்வினை அழகாக மாற்றவந்த
அழகிபேசியானது!
இதயமே இல்லாத இணையத்தில்
என் இதயத்தை இணைத்து என்னையே நான் மறந்தேன்!
எனக்கு பறவை போல பறந்து திரிந்து சுற்றி
உலகை ரசித்து வாழ ஆசை!
எனக்குள் உன் நட்பு வாசம் நுழைந்து
என்னை உன் வசம் இணைத்ததும்

விக்னேஷ்,

நான் கூண்டு கிளிப்போல
உன் வலையதுக்குள் வந்து தங்கி விட்டேன்!
எனக்கு என் தங்கையின் பேர் மறந்தது
உன் வலைதள பின்குறிப்பு(pwd) நினைவில்
வந்து புகுந்தது கொண்டது!
நாடெங்கும் சுற்ற போகிறேன் என்று எண்ணி கணிணி
படிப்பை
முடித்த நான் உன் நட்பு என்ற கணிணி இணையத்தில்
இப்போது படித்து கொண்டிருக்கிறேன்!
உன் மனது எனும் மேற்படிப்பை இணையத்தளத்தில்
இணையாத நெஞ்சம்தான் உண்டோ!
இதோ இப்போது நானும்
உன் அன்பென்ற நட்பு வட்டத்தில்
உன் மனது என்னும் இணையத்தில்
நம்பெயரை நமது வலைதள பின்
குறிப்பாக(password) போட்டுவிட்டேன்!

                              - ஷீலா

கைபேசி காதல்

படவரியில் சந்தித்து!
எல்லை இல்லாத வானம் போல்!
அக்கரை கொண்டு!
குறும்செய்தி அனுப்பி!
இருவரும் அன்பு கொண்டோம்!
இது நட்பா? காதலா? என்று!
நான் அறியும் முன்பே!
நம் அழகிய உறவு!
கண்ணாடி துண்டுகளாக!
சிதறி போனதேனோ?
உடைக்கப்பட்ட என் மனம்!
உன் பிரிவை தாங்காமல்!
கனவிலும், நினைவிலும்!
உன்னையே எண்ணி எண்ணி!
கண்ணீர் வழிகிறது!
என்றாவது ஒரு நாள்!
நீ என்னிடம் பேசுவாய் என!
கைபேசியை பார்த்துக் கொண்டே!
என் நாட்கள் நீள்கிறது.

லோ.சந்தியா

விக்னேஷ்,

இணையத்தின் பரிசு

உலகம் சுருங்கி
உள்ளங்கையில் அடங்கி
அறிவியல் எழுச்சியால்
அற்புதம் செய்திடவே!

இணையத்தின் இணைப்பு
மனதில் சங்கமித்து
முகமறியா நண்பர்கள்
முகநூலில் புதைந்திடவே!

முன்பின் பழகாத
முகம் கூட தெரியாமல்
படவரியில் பேசி பழகி
பாதிநாள் களித்திடவே!

காலம் பல கடந்தும்
கடந்து வந்த நினைவுகளை
கைபேசியின் பரிசாக
கண்டு மகிழ்ந்திடவே!

நன்மையென தீமையென
நல்லறம் நாம் அறிந்து
வழிகாட்டிய இணையத்தில்
வளமாய் வாழ்ந்திடவே!

-அபினேஷ்

அந்தக் காலம் இந்தக் காலம்

வீதியில் விளையாடினோம் அந்தக் காலம்!
வீட்டிற்குள்ளேயேவிளையாடுகிறோம் இந்தக் காலம்!

மைதானத்தில் நண்பர்களுடன் ஓடியாடி விளையாடினோம் அந்தக் காலம்!
திறன் பேசியில் நண்பர்களுடன் விளையாடுகிறோம் இந்தக் காலம்!

இயற்கையைப் பாதுகாத்தோம் அந்தக் காலம்!
இயற்கையை அழித்து வருகிறோம் இந்தக் காலம்!

இயற்கை உரம் உபயோகித்தோம் அந்தக் காலம்!
செயற்கை உரம் உபயோகிக்கிறோம் இந்தக் காலம்!

நிலவைக் காட்டி உணவு ஊட்டியது அந்தக் காலம்!
திறன்பேசியைக் காட்டி உணவு ஊட்டுவது இந்தக் காலம்!

விவசாயம் மேலோங்கியிருந்தது அந்தக் காலம்!
பணமே எல்லாம் என்று கூறுவது இந்தக் காலம்!

புத்தகத்தில் படித்தது அந்தக் காலம்!
திறன் பேசியில் படிப்பது இந்தக் காலம்!

பொருட்களை நேரடியாக சென்று வாங்கியது அந்தக் காலம்!
பொருட்களே வீடுதேடி வருவது இந்தக் காலம்!

மனித உழைப்பே அந்தக் காலம்!
இயந்திர உழைப்பே இந்தக் காலம்!

விக்னேஷ்,

கூட்டுக் குடும்பமாக வாழ்ந்தோம் அந்தக் காலம்!
தனிக் குடும்பமாகப் பிரிந்தது இந்தக் காலம்!

நெகிழியைத் தவிர்த்தோம் அந்தக் காலம்!
நெகிழியால் உலகத்தை மூடியது இந்தக் காலம்!

தமிழைப் போற்றி வணங்கியது அந்தக் காலம்!
தமிழையே மறக்கடிப்பது இந்தக் காலம்!

மரத்தடியில் நீதி வழங்கியது அந்தக் காலம்!
நீதிமன்றத்தில் நீதி வழங்குவது இந்தக் காலம்!

சுகமாக வாழ்ந்தோம் அந்தக் காலம்!
சொகுசாக வாழ நினைப்பது இந்தக் காலம்!

சுற்றுச்சூழலைப் பாதுகாத்தோம் அந்தக் காலம்!
சுற்றுச்சூழலை மாசுபடுத்துகிறோம் இந்தக் காலம்!

பாரம்பரியத்தைக் காத்து வந்தோம் அந்தக் காலம்!
பாரம்பரியத்தைக மறந்து வருகிறது இந்தக் காலம்!

இயற்கைக் காற்றை சுவாசித்தோம் அந்தக் காலம்!
செயற்கை காற்றை சுவாசிக்கிறோம் இந்தக் காலம்!

உறவினரை நேரில் சந்தித்தோம் அந்தக் காலம்!
காணொளி மூலம் சந்திக்கிறோம் இந்தக் காலம்!

உணவே மருந்தாக விளங்கியது அந்தக் காலம்!
மருந்தே உணவாக விளங்குகிறது இந்தக் காலம்!

தமிழை வளர்த்தோர் பலர் அந்தக் காலம்!
தமிழுக்காகப் பாடுபடுவோர் சிலர் இந்தக் காலம்!

பொதுநலத்தோடு வாழ்ந்து வந்தோம் அந்தக் காலம்!
சுயநலத்தோடு வாழ்ந்து வருகிறோம் இந்தக் காலம்!

கடிதாசி மூலம் பேசியது அந்தக் காலம்!
செல்பேசியில் பேசுவது இந்தக் காலம்!

மனதால் காதலித்தோம் அந்தக் காலம்!
இணையத்தில் காதலிக்கிறோம் இந்தக் காலம்!

உலகத்தை வரைபடத்தில் பார்த்த காலம் அந்தக் காலம்!
உலகத்தையே உள்ளங்கையில் வைத்த காலம் இந்தக் காலம்!

எத்தனையோ மாற்றங்கள் நிகழ்ந்துவிட்டன
அக்காலத்திலும்! இக்காலத்திலும்!
ஆனால்
எக்காலத்திலும்
தமிழையும், தமிழ்க் கலாச்சாரத்தையும்
மறந்துவிடக்கூடாது!

அதே சமயத்தில் நவீனத்தையும்
நல்முறையில் பயன்படுத்தினால்
எத்தீங்கும் நேராது
தமிழ் வாழ்க!!!!!

- சொ. மணிகண்டன்

விக்னேஷ்,

இதயம் பறித்த என் இன்ஸ்டாகிராம் இனியவளே

உன் GOOD MORNING குறுஞ்செய்தியில குலுங்குதடி என் மனசு!
நீ Good bye சொன்னாலே கோவத்துல செவக்குதடி என் Faceu!
உன் Message பார்த்தாலே Melt ஆகுதடி என் Heartu!
உனக்குType பண்ண Message எல்லாம்
தினம் தினம் படிச்சு Tired ஆகுது என் Eyesu!
என் Instagram இதயராணியே, Installment-ல
என் இதயத்தை திருடி போனியே!
Interval வேண்டாம், Internship போதும் Lifelong உன்கூட!
Immediate ok சொல்லு, இடைவெளி இல்லாமல்
இமைக்குள் வச்சு காப்பேன் இனியவளே!

-கவிக்குயில் கருவாயன்
(சூரியா காளிமுத்து)

இணைய உலகம்

கணையம் சுரக்க மறக்கலாம்!
ஆனால், இணையமோ நம்மை சேர்க்க மறப்பது இல்லை!

உலகெங்கும் சிதறிக் கிடைக்கும் தகவல்களை
இணையத்தில் இணைத்துவிட்டாலே போதும்!
யாரும் எந்த நேரமும் ஏன் எந்த நொடியும் கூட
சென்று அத்தகவல்களைப் பெற முடியும்!

இணையத்தில்
செய்திகள் படிக்கலாம்!
படங்கள் பார்க்கலாம்!
பாடல்கள் கேட்கலாம்!
தகவல் பரிமாற்றலாம்!
பொழுதுபோக்கலாம்!
ஏன் அறிவைக் கூட பெருக்கலாம்!
இந்த அளவிற்கு இணையம் வளர்ந்து
கொண்டே வருகிறது!
இன்னும் வளர்ந்து கொண்டே இருக்கும்!

விக்னேஷ்,

- நந்தினி மாரப்பன்

எத்துணையும் வேண்டாம் எனக்கு
இணையத்தில் இணைப்பு மட்டும் போதும்
எனக்கு என்ற எண்ணம் அனைவரின் மனதில் உள்ளவையே!

இணைய உலகம் உண்மையிலேயே விந்தையானது
ஒரு மனிதனுக்கு ஒரளவு நேரமும் இணையத்தில்
உலாவுவதற்குப் புரிதலும் இருந்து விட்டால் போதும்
பின்பு, உலகமே அவன் வசமாகிவிடும்!

- நந்தினி மாரப்பன்

தொடுதிரை காதல்

வெயில் மழையிலும் என்னை நிழலாய் பின்தொடர்ந்து
என் அலைபேசிக்குள் நுழைந்து
என் மனதில் குடிகொண்டாய்
தினம் காதல் மழை தூவினாய்
என்னோடு கடைசி வரை பயணிப்பவன் நீயே என்று
உன்னை நம்பி விவரம் அறியாத குழந்தை வயது முதல்
காத்த கற்பை தொடு திரையில் என் திரை நீக்கி பகிர்ந்தேன்!
காதலும் கற்பு நீங்கிய பிறகு கசந்ததால் என்னவோ
உனக்கு பணத்தின் மீது வந்ததே மீண்டும் ஒரு காதல்!
உன் இதயத்திற்கு விருந்தான என்னை
இணையத்திற்கும் விருந்து வைப்பாய்
என்றெண்ணாமல் போய்விட்டேன்
உன் மகனை(ளை) சுமக்க வரம் வேண்டிய
இவளுக்கு விலைமகள் பட்டத்தை வேண்டாமலேயே தந்தாய்!
காணொளி வைத்து விலைபேசினாய் என் உயிரை
என் கோபமான திட்டலும், அயராத அறிவுரை மொழிகளும்,
மனம் உடைந்த கெஞ்சல்களும் உன்னில்
ஒரு சிறு மாற்றத்தையும் கொண்டுவரவில்லை!
உன் தவறுகளும் தவறான எண்ணங்களும்

விக்னேஷ்,

என் வாழ்க்கையை தலைகீழாக மாற்றிவிட்டது!
நானே முடிவாய் இருக்க வேண்டும் உன் காதல் விளையாட்டில்!
உன்னை முழுதாய் நம்பியதன் விளைவாய்
என் முழு உயிரையும் முடித்துக்கொள்கிறேன் இன்றோடு!
உயிர் இல்லாத திரு உடலுக்கு செய்யும்
சாவு சடங்குகள் எல்லாம் என் கற்பிழந்த உடலுக்கு வேண்டாம்!

என் பெற்றோரை மறந்ததற்கு தண்டனையாக
எங்கோ ஓர் கண்காணாத இடத்தில்
என் உடல் யாருக்குமே கிடைக்கக்கூடாத அளவிற்கான
ஒரு மரணத்தை தேடிக்கொள்கிறேன் நானாக!
உன் வாழ்வு சிறக்கும் என்ற நம்பிக்கையோடும்
வேண்டுதலோடும் விடைபெற்றுக்கொள்கிறேன்!

- கி. ஹேமா

திமிறிடு

திமிரான திவ்யமான மனிதியே!
முகம் மறைத்து தன் மிருக குணம் மறைத்து!
சமூக வலைத்தளங்களில் சில மிருகங்கள்
உன்னை சிதைக்க முயலும்!
மனித மிருகத்தின் வலையில்
மயங்கி விழுந்து விடாதே சகியே!
ஒதுங்கி பயந்து ஓரமாயும் ஓடிவிடாதே கண்ணே!
துணிந்து எழுந்து தைரியமாய் அறுத்துவிடு அவ்வலையை!
பெண்ணை போதைப்பொருளாய் பொழுது போக்கு
விளையாட்டுப்
பொம்மையாய் மட்டும்
காணும் சில கயவர்களை கண்டு கலங்கி விடாதே
கண்மணியே!
விழிநீர் விட்டு மூலையில் விழுந்து பதுங்கி விடாதே சகியே!
பயந்து பயந்து நடுங்கி பதுங்கி கோழையாகிவிடாதே!நிதான
கோபம் பழகிடு!
நின் மனதையும் மானத்தையும்
நிர்மூலமாய் சிதைக்க முயலும்
அந்த சில ஓநாய்களை அழிக்க
திமிரான தைரியம் பழகிடு!
ஓநாய்களை ஒதுக்க தாண்டி செல்ல முயலாதே!
தைரிய தாரகையே எல்லா ஓநாய்களையும்
எதிர் கொண்டு எதிர்த்து நிற்க பழகிடு!
எனதருமை சகோதரியே
எங்கும் எவர்க்கும் அடங்கிடாதே அணங்கே திமிறிடு

- அனுப்பிரியாகோவிந்தசாமி

விக்னேஷ்,

எழுத்துக்களை எண்ணமிட்டு

காகிதம் குறையயவில்லை!
காற்றில் பென் - மை காயவில்லை!

புரட்டிப் பார்த்த பக்கங்களில்லை!
புத்தக எடை தான் உணரவில்லை!

விளக்கடி தேவை வேண்டவில்லை!

விளக்கின்றி படிக்காது போனதில்லை!

எழுத்தும் வாசிப்பும் ஓயவில்லை!
எழுந்தவிமர்சனங்கள் ஓய்விக்கவில்லை!

இன்னும் எழுதுகிறேன் இணையத்தில் இதயமாய்
என் எழுத்துக்களை எண்ணமிட்டு!

- காவியா செங்கொடி

இணையப் பாமாலை

பேரிடர்பொழுதில் அடங்கினோம்
நாட்சுவர் இடையே - நமக்கு
வரமாய்வந்து இணையம்
ஆனது விடையே!

பள்ளிகள் பல்பம்மறந்து
மின் திரையிலானதே - துயரிலும்
தடைபடாது கல்வி
வெற்றி நடைபோட்டதே!

நாட்டுக்கும் வீட்டுக்கும்
தியாகிகளாய்ப் பறந்தோம் - எனினும்
பாரிலெங் கிருந்தாலும்
இணையத்தில் இணைந்தோம்!

கேட்கத் தயங்கி
தவறிய வினாக்களுக்கு - இன்று
வினாடிக்குள் விடைதருதே
இணைய ஒளிவிளக்கு!

எனவே தான்,
இன்று நான்...

இணையத்தின் இகழ்ச்சிகளை
சற்றே விடுத்தேன் - அதன்
பயன்களை எண்ணி
பாமாலை தொடுத்தேன்!

- சந்தியா முரளிதரன்

விக்னேஷ்,

இணையம் இல்லா வாழ்க்கை

இணையம் இல்லா வாழ்க்கை!
ஈடு இணையில்லா வாழ்க்கை!
வயல் வரப்புகளில் ஓடினோம்!
மரங்களுக்கு இடையே கண்ணாமூச்சி ஆடினோம்!
பல்லாங்குழியில் பகிர்ந்துகொண்டோம்!
கில்லி தாண்டலில் எகிரி அடித்தோம்!
மரம் ஏறி மாங்காய் பறித்தோம்!
ஈர மணலில் இட்லி சுட்டோம்!
பட்டம் செய்து பறக்க விட்டோம்!
தட்டானின் வாலில் நூலைக்கட்டி இம்சை செய்தோம்!
வாடகை சைக்கிளில் இளவரசியாய் வலம் வருவோம்!
பள்ளி விடுமுறையில் பாட்டியின் கதை கேட்போம்!
வாழ்த்து அட்டைகள் தேடித்தேடி வாங்கினோம்!
பதில் கடிதத்திற்காக காவல்காரனாய் காத்திருந்தோம்!
அப்பப்பா எத்தனை பறித்து விட்டது!
இந்த இணையம்!
பொல்லாதவன் தான் போலும்!
இன்று இவன் இல்லாமல்!
நம் வாழ்வு இல்லை என்றாகிவிட்டதே!

- கஸ்தூரி பாரதி

இணையவழி நட்பு

முகமறியா நட்பு பார்த்துப் பேசி பழகியதில்லை!
உணவுகளை பகிர்ந்து கொண்டதில்லை!
ஒன்றாய் அமர்ந்து தேநீர் அருந்தியதில்லை!
உடைகளை மாற்றி உடுத்தியதும் இல்லை!
ஆனாலும் இனிமையாய் தொடர்கிறது நம் நட்பு!
இணையத்தின் இன்றைய சூழல்
அறிவியல் ஆற்றலினால் அளப்பறிய வளர்ச்சியை கண்டோம்!
நொடிப் பொழுதில் உலகை உள்ளங்கைக்கு கொண்டு
வந்தோம்!
இமைக்கும் மறந்து இயந்திரங்களோடு வாழ்ந்தோம்!
கைபேசி கோபுரங்கள் காற்றோடு வரும் விஷம் என்பதை
மறந்தோம்!
தலைமுறைகள் கண்டு மகிழ்ந்த சிட்டுக்குருவிகளை
அளித்தோம்!
கச்சா எண்ணெய் நெகிழி குப்பைகள் பிறந்தது என
மகிழ்ந்தோம்!
கடல்வாழ் உயிரினங்களையும், கடல் வளங்களையும் அழிக்கும்
ஆயுதம் என்பதை மறந்தோம்!

விக்னேஷ்,

காணாமல்போன நீர்நிலைகளில் கட்டிடங்களை முளைக்கச்
செய்தோம்!
இவ்வாறு நவீன உலகம் என்ற மாயைக்குள் நம் வாழ்க்கையை
தொலைத்தோம்!
இனியாவது நம் வாழ்க்கையை பாதுகாப்போம் வளம்
பெறுவோம்!

- ம.வனிதா குமணவேல்

அகிலம் யாவும் இணையவசமே

கூர்முனை மழுங்கிய எழுதுகோல்கள்
முன்னுரை வாசிக்கின்றன!
கழுத்து தொங்கிய கொக்குகளாய்
காத்திருக்கிறது கண்கள்!
இணையத்தில்!

சிந்தையில்லாமல் சிதறிவிழும்
சில சில்லறைச் செய்திகளுக்காய்!
அர்த்தமற்ற விளம்பரங்கள்
கூட அனுதாபம் தேடி அலைகிறது!
இணையத்தில்!

உணர்வுகளும், எண்ணங்களும் உடைந்து விழுகிறது!
உதிரிச் சொற்களாய் ஆரத்தழுவிச்சொல்லும்!
ஆறுதல் கூட RIP என்ற மூவெழுத்தில் முடிந்து விடுகிறது!
இணையத்தில்!

விக்னேஷ்,

படைப்புகள் எல்லாம் பரப்பி வைக்கப்படுகிறது விருப்பம் தேடி!
கனவுகள் எல்லாம் கையில் தவழ்கிறது கருத்துக்கள் கேட்டு!
இணையத்தில்!

இன்று
காட்டுத் தீ செய்திகள் கூட சுழியத்திற்கும், ஒன்றுக்கும்
உடன்பட்டுவிட்டது
இணையத்தில்!

- கவியருவி பா.சரவணன்

இணைக்கும் இணையம்

அருகருகே இருப்பினும்
இணையத்தால் இணைந்த
இதயங்கள் இன்று அதிகம்!

நட்புகளையும் உறவுகளையும்
அடுத்தடுத்த தெருக்களிலிருந்தாலும்
காடு மலைகள் தாண்டி இருந்தாலும்
எளிதில் இணைத்திடுகிறது
இணையதளம்!

எதிரெதிரே இருந்தாலும்
புலனத்தில் அழைத்து
உணவு கொண்டு வா
என உடன்பிறப்புகளைச
சீண்டி விளையாடும்
நகைச்சுவைகளும
அரங்கேறுகின்றன

முகம் காட்டா
மாந்தர்கள் எனினும்
திறன் காட்டி கொரோனா
காலத்திலும் முகநூல் படவரியென

விக்னேஷ்,

பல செயலிகள் வழியே
நகைக்கவைத்து ;
சிந்திக்கவைத்து ;
தெளியவைத்து ;
அழுத்தம் குறைத்த -
போன்மிகள் ; கலைஞர்கள் ;

தன் எழுத்துகளினால்
நம்மைத் தட்டியெழுப்பிய
எழுத்தாளர்கள் ; கவிஞர்கள் ;

பரிச்சைகளில் பெரிதும்
கைக்கொடுத்து நன்றாய்த்
தேர்ச்சி பெறத் - தொலைவரி
தந்தியிலும் புலனத்திலும்
மாணவர்கள் பகிரும் விடைகள் ;

அன்றாட வேலைவாய்ப்புச்
செய்திகளையெல்லாம் நம்மிடம்
சேர்த்து முன்னேற உதவும்
வளையொலியாளர்களென -
அனைவரையும் இணைத்து
செயல்படும் இணையத்தில்
இணைந்து இயங்குகிறது
நம் அன்றாட உலகம்..

- ச. த. ரேணுகா

புலனாகா புணையாகலு முண்டு

இணை(னி)ய காலை வணக்கத்துடன்!
இயங்கலையில் உற்சாகமாய் உறவுகளை!
இனைக்கும் துள்ளளோடு இருதிரட்சியின் கட்புலத்தில்!
இவ்வுலகை இவளுக்கும் இவளை இவ்வுலகிற்கும்!
இனம் காட்டிய செயலிகளில் இடுகைகள் துவங்கி என்னை!
இயக்குவித்த தமிழன்னை இன்னிசையாய் இறைமையாய்!
இளங்கலையாய் இனைத்தேடல் தளமாய்!
இன்னுயிரை காக்கும் இயக்கமாய் இழைக்கப்படும்
அநீதிகளுக்கு!
இழுக்கு உரைத்து இசைந்த இணக்கமான!
இணைய மடி தொற்று பரவலில் தொலைதூர உறவுகளை!
தொலைத்துவிடாமல் தொடுதிரை நுனியில் தொடர்பு நல்கிய!
இணையத்தில் இனைந்து
இரை ஈவது! இரத்ததானம்!

விக்னேஷ்,

இதய இரவல் என இருப்பதை பகிர்ந்து!
இழந்தோரை மீட்டெடுக்க இளகிய மனதுடன்!
இக்கரையில் இருந்துக்கொண்டு இடுக்கண் வருங்கால்!
இமை போல காக்கும்!
இனிய இணையவழி உறவுகள் தான்!
இன்றளவும் இணைபிரியா!
இளவல்களும் இலக்குவனன்களும் என இனம், மொழி கடந்து!
இன்றியமையாத உறவின் இலக்கனம் ஆகின!

-சந்திர பிரியா

இணையதள காதல்

அறிமுகம் இல்லாமல் சமூகவலைதள பதிவுக்கு!
இதயத்தை (Like) கேட்க முற்பட்ட உறவு!
இன்று என் இதயத்தை என்னிடம் தர மறுக்கிறது!
உன் உயிரோடு கலந்த நான்!
இணையதள காதல்!
யாரென்று தெரியாமல் முகங்களை பாராமல்!
சாதி, மதங்களை சாராமல்!
மலர்ந்தது நாம்முள் காதல் எனும் கவிதை!
இணையத்தில் இணைந்து இதயங்களை பரிமாறி!
காதலை சுவைத்துக் கொண்டு இருக்கிறோம!
நண்பர்களாய் இருந்து!
இன்று காதலில் கரைந்துக்கொண்டிருக்கிறோம்!
இதே உறவுடன் நீடித்து இதே அன்பில் பிணைந்து!
இதே காதலில் களைப்பில்லாமல்!
காலம் முழுவதும் பயணிக்கலாம் கள்வனே!

- மு. மம்தா

விக்னேஷ்,

இணையத்தால் இணைந்தது

உதிரத்தில் ஒன்றி உருவான உறவன்று!
இணைய மதிலே ஒன்றி உறவானது!
சண்டையும் சச்சரவும் அறவே இராது!
கருத்து மோதலுக்கோ பஞ்சம் வராது!
உற்றாரும் மற்றாரும் ஓரிடத்தில் சங்கமம்!
உரையாடல் நீளுமே குறுச்செய்தி வடிவிலே!
அக்காலக் காதலோ தூது போனது!
இக்காலக் காதலோ சூது கவ்வுது!
ஓலையும் ஆணியும் சேர்ந்த காலத்தில்!
ஓயாது காப்பியங்கள் பிறந்ததே அன்று!
வலைதள வாயில் திறந்திருக்கும் காலத்தில்!
வானளவு காவியங்கள் வாசல்வருதே இன்று!
வாதம் பிரதிவாதம் முற்றிடும் இங்கே!
வார்த்தை சாலங்கள் வெளிப்படும் நன்றே!
இணையம் என்பது பிணைப்பாய் ஆனதே!

- இர.கந்தவேல் பிரபாகரன்

இணையத்தின் தாக்கங்கள்

முகம் பாராமல் வயது அறியாமல்!
ஊர் பெயரின்றி உரையாடிய சில மாதங்களில்!
இணையதளத்தில் இணையும் இரு இதயங்கள்!
பலர் வயதறியாமல் கூறும் ஆசை வார்த்தைகளில்!
காதல் வழியில் விழும் சிலர் தன் வாழ்வை அழிக்கிறார்கள்!
பலர் இணையத்தில் காதலித்து வாழ்வில் வெற்றி
அடைகின்றனர்!
பெற்றோர்கள் வைக்கும் நம்பிக்கையில்!
பலர் இணையத்தில் தவறான பாதையில் செல்லும்!
அவல நிலைகள் ஏன்?
நற்செய்திகளை உட்கொண்டு மதியின் ஞானத்தை!
பெருதல் வேண்டும்!
தீயசெய்திகளை உட்கொள்ளாமல்
வாழ்வில் சிறப்படைய வேண்டும்!

- மு.ஹர்ஷினி

விக்னேஷ்,

இணையமும் இதயமும் சேரும் நாள்

இணையத்தில் இரு இதயங்கள்
இணைந்ததை கண்டீரோ!
இங்கு என் மனதிலும் என் இனியவன்
குடிகொண்டதை பார்த்தீரோ!
இணையில்லா அவன் காதல் இன்று என்னையும்
ஈர்த்ததை கவனத்தீரோ!
இன்றியமையாத எம் காதல்
என் இம்சை காரனோடு பயணிக்கிறது அதில்
என்னுடன் தொடர்வீரோ!
காந்தன்(நிலா) கருணை ஒளியில்
எம் காதல் தொடங்கவில்லை!
இணையத்தின் காண்ஒலியில்
எம் காதல் தொடங்கியது!
கதிரவன் பனித்துளியை ஈர்த்ததுபோல்
எங்கள் மனம் கவரப்படவில்லை!
இணையத்தின் ஈடில்லா சேவை வழி
எங்கள் மனங்கள் கவரப்பட்டது!

தபால்காரன் தரும் தகவலுக்கு
நாங்கள் தவித்ததில்லை!
தகவல்களை தட்டி அனுப்பும்
நொடிகளுக்கே தவித்திருக்கிறோம்!
கண்ணும் கண்ணும் கொள்ளையடித்து
காதல் மலரவில்லை!
வார்த்தைகளுக்கு வார்த்தை கடந்தே
காதல் மலர்ந்தது!
பாவை இவள் பார்த்த இடங்களில்
பார்த்தீபனை பார்க்க நேரவில்லை!
பைத்தியகாரி இவள் பகிர்ந்த தளத்தில்
பவித்திரமானவனோடு இணைய நேர்ந்தது!
களத்தினை சந்திக்கும் கண்ணீருக்கு எங்கள்
காதல் விரும்பவில்லை!
காயத்திற்கு பின் ஆற்றும் மருந்திற்காகவே
எங்கள் மனங்கள் ஏங்குகின்றன!
இணையத்தில் இணைந்த இரு மனங்கள்!
இனிப்புகளை உண்டு தித்திக்கும்
இனிய தருணங்களுக்காக இன்றளவும் மட்டுமின்றி
என்றளவும் காத்திருப்போம் கைகள் சேரும் நாளுக்காக
காதலோடு!

- இரா.பார்கவி

விக்னேஷ்,

இணையக் காதல்

இணையத்தில் இதயம் தேடிய பறவை ஒன்று!
வேடன் எய்த அம்பில் மயங்கி!
அவனிடத்தில் இதயம் தொலைத்தது!
எந்நேரமும் வேட்டையாடுவான் என அறியாமல்!
இதயத்தை வேடன் சந்தேக கூண்டில் அடைக்க!
சுதந்திர பறவையின் சுதந்திரம் பறிபோக!
அழகாய் மலர்ந்த காதல் அழுக்காய் மாறி!
நீயின்றி நானில்லை! நானின்றி நீயில்லை!!
என்ற காதல்!
நீ யாரோ நான் யாரோ!
என்றாகி!
இணையம் வழி இணைந்த இதயம்!
இணையத்திலேயே இரண்டாகி காணாமல் போனது!
சில நாட்களிலேயே!

- Priya

இணையவழி நாகரிகர்

முகநூலில் மூழ்கி!
படவரிப்பக்கம் பறந்து!
புலனத்தில் புறம் தொலைத்து!
அளாவியில் அலைபாய்ந்து!
கீச்சகத்தில் கொஞ்சி!
பற்றியத்தை பற்றிக்கொண்டு!
ஊடலையின் உதவியால்!
காயலையில் கலந்துரையாடி!
நேரலையை புறக்கணித்து!
அருக்கலைக்காகவும், பகிரலைக்காகவும் அலைந்து!
முடங்கலையில் முடங்கி!
இயங்கலையில் இயங்கி!
தொலைவரிப்பக்கம் முகவரி மறந்து!
தடங்காட்டியால் வழிகாட்டியை துறந்து!
சமூக வளைதளங்களில் சமூகம் தொலைத்து!

இணையத்தால் சுற்றம் மறந்த நவீனக்கால நாகரிகர்கள்!
இணையத்தை இயக்கச்சென்று!
இணையத்தால் இயக்கப்படுபவர்கள்!

– சு. கோகிலா

விக்னேஷ்,

இணையத்தில் நட்பு

மௌனமாய் இருக்க மனதும் இடம் கொடுக்க வில்லை!
விலகி செல்ல எனது பாதையும் எனக்கு தெரியவில்லை!
எந்த நிமிடம் என் மனதினுள் நுழைந்தாய்!

நட்பு என்ற அடையாளத்துடன் நுழைந்து என் உணர்வோடு
கலந்தது ஏன்?
தெளிந்த என் மன நீரோடையில் முதல் கல் எறிந்தது நீ!

கலங்கிய நீரில் நான் கரைந்து போகவா!
இல்லை துடித்து சாகவா?

காரணம் சொல், விட்டு விடுகிறேன்
நிரந்தரமாக என் மன கூட்டில் இருந்து!

நீ எழுதிய ஒவ்வொரு வார்த்தையும்
முள்ளாய் தைத்ததை நீஅறிவாயா?

தைக்கட்டும் என்று அறிந்தே எழுதினாயா ?
வெறும் எழுத்துக்கள் ஒருவரை சித்திரவதை செய்யுமா ?
செய்கிறதே என்னை கல் நெஞ்சகாரனடா நீ !

என் நெஞ்சை ரணமாக்கி விட்டு!
துயில்கிறாய் நிம்மதியாக விடமாட்டேன் உன்னை!

கடவுளிடம், வருந்தி வரம் பெறுவேன்!
நிதமும் உன் கனவில் வருவதற்கு!
மறந்தும் உன் நட்பை இழக்க, மனம் இடம் கொடுக்காது
என்றானபின், உன் மன நிலையை நான் அறிவது எவ்வாறு ?

முகமூடி போட்டு பேச எனக்கு விருப்பம் இல்லை!
உடைத்தே சொல்கிறேன், உன் அன்பு வேண்டும் வாழ்வின்
இறுதிவரை!

அதற்கு என்ன பெயர் வேண்டுமானாலும் வைத்துகொள்!

மண்ணுக்குள் நான் போகும் கடைசி நொடி வரை கூட!
உன்னை நேரில் சந்திக்காது என் கண்கள் !

பின் எவ்வாறு நம் நட்பு கற்பிழக்கும்!
ஆதலினால், தூய நட்பு கொள்வோம் !!

- கவி கவிஞன் இரா சதீஷ் குமார்

விக்னேஷ்,

ஊடகத்தின் ஊக்குவிப்பு

கண்டும் காணாமலும் செல்லும் இக்கலிகாலத்தில்!
கால்பதிக்க துடிக்கும்
கால் முளைக்கா முட்டுகளுக்கு மூடநம்பிக்கை
என்று முட்டுக்கட்டைப்போடாமல்!

"உன்னால் முடியும்,
உன்னால் மட்டுமே முடியம்
மடியும் வரை முயன்று காட்டு"!

என்று முக மலர்ச்சியுன் முகவுரை காட்டி!
மாற்றத்தை மாற்றியமைத்து செயல்திறனை
அதிகப்படுத்தும், செவ்வாய் மொழி நீ !

ஏழு கடல் தாண்டி உறவுகளை!
எட்டிய தூரத்தில், எட்டி பறிக்கும், எண்ணி சிரிக்கும்!
ஏக்கங்களை தவிர்க்கும், உணர்வுகளை அள்ளித் தெளிக்கும்!
இயலிசை இசைக்கருவி நீ!

படிப்பு மட்டும் தான் வாழ்க்கை என்று பழைய பஞ்சாங்கம்
பாடும்!
மலைவாழ் மக்களுக்கு கூட பன்னாட்டு மொழிகளை!
பல்சுவை பரிணாமங்களை , பிரமிக்கும் பிரபஞ்சத்தின்!
பல்லாயிரக் கோட்பாடுகளை அறிமுகப்படுத்திய!
அணையா அகல்விளக்கு நீ !

இணைய வழி வகுப்புகள் மூலம் வருவாயையும் ஈட்டித்
தந்தாய்!
வருங்காலத்தையும் திருப்பி தந்தாய்!

மலரும் நினைவுகளை பலருக்கும் அசைபோடவைத்தாய்!
பார்க்காத சொந்தங்களின் மேல் அதிக பாசத்தை காட்ட
வைத்தாய் !

நீ சுயமாய் தோன்றிய சுயம்புலிங்கம் அல்ல!
மனிதனின் சுய முயற்சியில் தேடிய,வானவர்களுக்கு கூட
எளிதில் கிடைக்காத வரப்பிரசாதம் நீ !

ஊடக உறவுகளை உலகுக்கு அறிமுகப்படுத்தினாய்!
சமூக உணர்வுகளை ஊர் உலகத்துக்கே தெரியும்படி!
உரக்க பதிய வைத்தாய்!

உதவிக்கரம் நீட்ட வைத்தாய் !
உளமார காக்க வைத்தாய்!
அன்பு காட்ட இரத்த பந்தம் தேவை இல்லை, என்று
அழைப்பிதழ்!
இன்றி ஆழ பதிய வைத்யாய்!

விக்னேஷ்,

ஊர் கோடியில் கொய்யாப்பழம் விற்றவனைக்கூட
ஊடகம் மூலம் ஊக்குவித்து கோடிகளில் புரளவைத்தாய்!

திறமை ஒன்று இருந்தால் போதும்!
தரணியையே தனியொருவனாய் ஆளலாம் !

செவ்வாய் கிரகத்தைக்கூட எவ்வித செலவுமின்றி!
விலைக்கு வாங்கலாம் என்று இன்றைய இளைஞர்கள்!
மனதில் ஆணித்தரமாக, அச்சாணியாக
பசுமரத்தாணி போல் நன்கு பதிய வைத்தாய் !

தினந்தினம் புதுமையை
தவறாமல் புகட்டினாய்!

- பா.கவுசிகா (பார்கவி)
@kaviyin_varigal__

அன்பிற்குமுண்டோ அடைக்கும்தாழ்

எல்லைகள் இங்கு தடையாய் இல்லை!
கடல்கள் தாண்டுவது சிரமமாய் இல்லை!
அண்டை நாடா?
அண்டை கண்டமா?
தூரத்து மைல்களையும் துரும்பாக மாற்றிடுமே!
இணையதள இணைப்பு!
புறத்தோற்றம் தெரியாமல்!
தகுதியாவும் அறியாமல்!
ஒற்றைவரி குறுஞ்செய்தி மூலம் என் உணர்வினை
படித்திடும் சொந்தங்கள் கிடைத்திடவே!
பெருஉவகை கண்டனே!
இயந்திரமாய் சுழலும் உலகத்தினுள்ளே
இயந்திரத்தின் வழியே நேசமும் துளிர,
அன்பிற்குமுண்டோ அடைக்கும்தாழ்!

                              - மாயாதி

விக்னேஷ்,

இணையம் மட்டும் இல்லையென்றால்

கலியுக ஊழ்வினைகள் கொரோனா வைரஸாக மாறி
மனித உறவுகளைப் பிரித்து துயரங்களைப் பரிசாக்குகின்றன!

பந்தங்களும் பாசங்களும் படிக்கட்டுக்கு வெளியே நின்று!
முகக்கவசம் தரித்து பாசத்திற்கு ஏங்குகின்றன!

அன்பு நட்பு பாசம் பரிவு என அனைத்தும்
கண்ணுக்கு எட்டாத தூரத்தில் எங்கேயோ!
ஒரு மூலைக்குச் சென்று ஒளிந்து கொண்டன!

தினம் தினம் புத்தம்புது விளையாட்டுகளை கண்டறிந்து!
உடன் பயிலும் மாணவர்களோடுவிளையாடி மகிழ்ந்த!
பள்ளிக்கூட சிட்டுக்குருவிகள் வீட்டுச் சிறைகளில்
அடைக்கப்பட்டுள்ளன!

சாலை ஓரங்களிலும் பேருந்து சன்னல் ஓரங்களிலும் பார்க்கும்!
அன்றாடம் காட்சிகளைக் கண்டு சிலாகித்து மகிழும்!
கல்லூரிப் பறவைகள் கல்லூரி ஆலமரத்தை விட்டுவிட்டு!

வீட்டுப் பூஞ்செடிக்குள ஒளிந்து கொண்டன!

வயிற்றுக் கஞ்சிக்கு வகைவகையாய்!
தொழில் செய்து பிழைக்கும் மானுடப் பிறவிகள்!
நகர் முழுக் மொய்த்துக் கொண்டிருந்தார்கள்!
இப்போது நான்கு சுவருக்குள்!
நாற்காலியை வைத்து நகர்ந்து கொண்டிருக்கிறார்கள்!

இத்தனைச் சிரமங்களையும் உடைத்தெறிய!
என்றோ கண்டறிந்த இணையதளங்கள்!
இன்று புதிதாய் முளைத்து பல்வேறு கிளைகள் பரப்பி!
ஆலம் விருட்சமாய் அகலமாய் விரிந்து!
அண்டம் முழுக்க வியாபித்திருக்கின்றது!

அனைவரும் கூடி ஆரவாரித்து மகிழ்விக்க!
இப்போது முழு நேரமும் புலனம் முகநூல் கீச்சகத்திலும்!
இணைய வகுப்பிலும் இணையத்தின் உதவியோடு!
வீட்டு அலுவலகத்திலும் எல்லா உறவுகளோடும்!
முன்புபோலவே கண்ணாரக் கண்டு உறவாடி மகிழ்கின்றது!
இணையவழி இதயங்கள்!

இணையம் மட்டும் இல்லையென்றால்!
என்றோ இருண்டு போயிருக்கும் இப்பூவுலகம்!

- அன்புவேல் வர்மன்

விக்னேஷ்,

இணையம் வழியே இணைந்தோம்

இணையத்தின் வழியே இணைபிரியா!
இருதயத்தினை பரிமாற்றினோம்!
இரவெல்லாம் புலனத்தில் கதைத்து கழித்தோம்!
இரவல் ஆக பகலையும் ஏனோ கேட்டோம்!
இடைவேளை இன்றி இணைத்திருந்தோம்!
இடைவெளியோடு காலை விடிவதெல்லாம்!
உன் குறுஞ்செய்தியின் ஓசையில்!
மாலை முடிவதெல்லாம்!
உன் தாலாட்டு குரல் குறிப்பில்!
விரல்கள் வலிக்கவில்லை !
விழியும் அசரவில்லை!
விடையற்ற வினாபோல் நம் உறவு!
அதற்கில்லை என்றும் முடிவு
இணையம் வழி இணைந்த இறைவியே!

- கவிப்பித்தன்

இணையத்தால் துளைக்கப்பட்ட உலகம்

யாதும் ஊரே யாவரும் கேளீர் என்பர்!
அக்காலத்தே கடல் கடந்துப் பண்ட மாற்றம் செய்யப்பட்டு?
நாட்டைக் கைப்பற்றி ஆட்சி செய்து!
செங்கொடி நாட்டி பெருமிதம் கண்ட பூமிதனில், தற்போது!
இணையத்தால் இரு விழிகளைக் கொண்டு இதயத்தினை
இணைத்து!
செய்யா வினையைச் செய்வினையாக்கி!
ஏற்றம் அறியா குன்றினை உச்சிக்குச் செலுத்தி!
கடல் கடந்து, மலை கடந்து இருந்த உறவினை நெருங்கச்
வைத்து!
பொருளைத் தேடச் சென்றக் தலைவனைக் காணச் செய்து!
இனம் அறியா இணையமாக்கி தேடலுக்குத் துணைப் புரிந்து!

விக்னேஷ்,

பிரிவிற்கு முற்றுப்புள்ளி வைத்து திறமைகளுக்குத் தக்க தளம் அமைத்து!
வெற்றியின் மேடையாய் பாராட்டுகளின் குரலாய் பறைசாற்றி!
புறாக்களால் பறந்த தூது காதல்கள் யாவும்!
எமோஜிகளால் தெளியப்பட்டு!
தொலைந்த கனாவிற்கு வழியினைப் புகட்டி!
குருவின்றி மதியிற்கு ஆகாரம் துளைக்கப்பட்டு ஞாலம் அறியப்பட்டு!
தீயச் சூழலுக்கு எதிராய் ஏவப்பட்ட உரிமைக் குரலாய்!
அந்நீதிக்களுக்குக், கேள்வியின் மேடையாய் ஓங்கி உயர்ந்து!
எத்தளத்திலும் இருவினை உண்டு என்றாலும்!
நாம் நல்வினையை உடுத்தி உச்சம் அடைந்து!

- ப.ஹரிணி (kaviyin_kadhali)

இதயம் என்ற இணையம்

உள்ளங்கை வழியாக
கைப்பேசியில் ஓர் இதயம்!

உலகை உள்ளடக்கி
வைத்திருந்த ஓர் இணையம்!

கால்கள் போகாத இடமெல்லாம்
கைவிரல் அழுத்தி காண்பித்தது!

கனவுகளில் சென்ற ஊரெல்லாம்
கண்களின் முன்னே விருந்தானது!

பள்ளி வகுப்புகள் அடைத்து தாழிட
நிகழ்நிலை வகுப்புகள் திறந்திடலானது!

ஆசிரியர் கற்பிக்கும் பாடங்கள்
குறுஞ்செய்தி வாயிலாக வந்தடைந்தது!

கலைகள் பலதும் அறிந்திட
கையில் கிடைத்த ஒரேவழி!

தனிமை காலங்கள் தீர்ந்திட
துணையாய் இருந்த இணையவழி!

- ரஞ்சனி பழனிசாமி

விக்னேஷ்,

இணையம் ஒரு இணைப்பு பாலமாக மட்டுமே இருக்கட்டும்

கடலில் மூழ்கிய பொக்கிஷமாய் பலரின் வாழ்கை!
இணையத்தில் கைக்கு அடக்கமான கைபேசியில் மூழ்கி
கிடக்கின்றன!
இன்று கருவில் இருந்து வெளிவந்த குழந்தை!
கல்லறை செல்லும் வரை இணையத்திலே வாழ்ந்து
விடுகின்றனர்!
பரந்து விரிந்த இந்த உலகில்!
பறக்க நினைக்காமல் இணையத்திலே!
பயணத்தை முடித்து கொள்கின்றனர்!
சிறகுகளை உடைத்து கொண்டு!
இணையத்தில் இருந்து வாழ்கைக்கு தேவையான!
தகவலை கற்று பறந்து விடு!
அதற்கு அடிமையாக உன்னை நீயே சிறையில் அடைத்து
கொள்ளாதே!

- கோ.நாகேஷ்வரராவ்

முகநூல் காதல்

முகநூலில் முகம் அறியாமல் அன்பு!
உன் அகம் கண்டு உன்னிடமிருந்து வரும்!
ஒரு ஒரு குறுஞ்செய்தியும் என்னை குழந்தையாக்கியதே!
இதயத்தை குஷியாக்கியதே!
எப்போது உன் குறுஞ்செய்தி வரும் என்று!
என் ஹார்மோன்கள் ஆராய்ச்சி செய்துகொண்டே
இருக்கின்றது
நிமிடத்திற்கு ஒரு முறை என் கைப்பேசியை எடுத்து.
தொலை தூரத்தில் இருந்தலும் இணையம் வழியாக
இதயம் இணைந்தே இருக்கிறது..

- கோ.நாகேஷ்வரராவ்

விக்னேஷ்,

இணையத்தில் இணையும் இதயங்கள்

இணையம் அது இதயங்களை இணைக்கும் பாலம்!
காணொளி வழியாக பற்பல கூட்டங்கள் நடக்குது இன்று!

அதில் அனைத்து நாட்டினரும் வீட்டிலிருந்தபடியே!
கலந்து கொண்டு கருத்து பகிர்கின்றனர்!
கண்டு மகிழ்கின்றனர்!

இணையம் வந்த பின் மனிதர்களுக்கு இடையேயான!
இடைவெளி அது குறைந்து போனதே!

கவலை மறக்க, உறவுகளின் தூரம் மறக்க!
உதவிடுதே இணையம்!

- கவிச்செம்மல்.ஆ.நித்ய கல்யாணி மதுரை

இணையத்தின் தவறல்லவே

முகம் தெரியாதவர்களை இணைக்கும் இணையமது!
புரியாதோரையும் பழகிப் புரிய வைக்கும் தளமது!

நொடிப் பொழுதுதனில் தொலைவானோரை!
தொடுவானமாய் மாற்றுகிறாய்!
மனங்களில் மகிழ்வை தருகிறாய்!
பாசப் பிணைப்பை உருவாக்கும் களமாகிறாய்!

நாடு தாண்டி நாடு நட்பைத் தருகிறாய்!
சிரிப்பலை பரப்பும் தோழியர்களையும்!
தருகிறாய் - எங்களுக்கு!
நட்போடு சேர்ந்தே துள்ளி நயக்க விடிந்திடும் யுகமிது!

கறை படிந்த இந்த சமூகமோ!
உன்னை தவறாக்கலாம் அது உனது பிழையல்லவே!
நீயும் தன்னிறைவானவன் தான் கோடை வெயிலிலும்!
குளிர்காய நினைக்கும் குள்ளநரிக் கூட்டமது - சமூகம்!
உனை தவறாகவும் பகிர்கிறது!

நீயோ! வினைத்திறன் மிக்கவன் தான்
சமூக மனதில் உருகி ஓடிய பொய்மையினை - சில்லறை
எண்ணத்தினை கைவிடுங்கள் நல்லதை சிந்தியுங்கள்!

விக்னேஷ்,

உன் வரவால் தானோ!
சமூகத்தில் ஓர் அறிவுப் புரட்சி உன்னைப் பார்த்து உலகம்
வரும்!
உன் பின்னால் வரும் நயவஞ்சகம் கொண்டவர்களின்!
செயல்கள் எல்லாம் சருகுகளாய் எரியட்டும் - நல்லதை
நோக்கட்டும்!

நீர், பால் வேறு பிரித்தறியும்!
அன்னம் போல் இணையத்தில் சில்லறை எண்ணத்தை!
தூக்கி எறி சிந்தனை திறன் கொண்டு!
தூய நல் எண்ணத்தை கையிலேடு!

துள்ளி ஓடும் மான் குட்டியாய்!
உயரப் பறக்கும் பறவைகளாய்!
புது உலகம் படைத்திட தெளிந்த அறிவு பெற்று!
சமூகத்தின் அறியாமையினை தகர்த்தெறிந்து!
புறப்படுவோம் இணையத்துடன்!
வாழ்வின் பொக்கிஷம் இணையமென!
நல்லுள்ளம் கொண்டு பயடைவோம்!
இதனால் உலக சந்தையிலே முதலிடம் இணையத்திற்கே!

- செல்வி. சிவகுமார் தேவமலர்
தமிழ்த்துறை சிறப்பு கற்றை மாணவி
கிழக்குப் பல்கலைக்கழகம்
இலங்கை

புதுமையை நோக்கி

தந்தி தவறி விட்டது அஞ்சல் அடையாளமற்றுவிட்டது!
மின்னஞ்சலும் புலனமும் புத்துயிர் பெற்றதால்!

பிறந்த நாளுக்கோ!
திருமண நாளுக்கோ!
தீபாவளி பொங்களுக்கோ!
என வாழ்த்து அட்டை பரிமாறும் பழக்கமும் மலையேறி
விட்டது!

இன்று
புலனத்திலோ முகநூலிலோ வண்ணப் படங்களுடன் கூடிய
வாழ்த்துக்கள் வலம் வருகின்றன!

அவசர உலகில் வாழ்வதாய்
அடிக்கடி எண்ணம் தோன்றினாலும்
அது காலத்தின் போக்கே!

அன்று
காணாமல் போன பால்ய நண்பனை
கடைசி வரை காண முடிவதில்லை!

விக்னேஷ்,

ஆனால் இன்றோ
நண்பனின் நல விசாரணையால்
நட்பு இன்னும் மெருகேறுகிறது
முகநூலிலோ,கீச்சகத்திலோ!

அவசரப் பிரிவில் அவதிப்படும் உயிரின்!
அறுவை சிகிச்சைக்கு அரை மணி நேரத்தில்!
இரத்தம் ஏற்றி உயிர் காக்கப்படுகிறது!
அவசரம் இரத்தம் தேவை தொடர்புக்கு!
என்று புலனக் குழுவில் பகிரப்படும் குறுஞ்செய்தியால்!
மனிதநேயம் மலர்கிறது!
இணையத்தால் இதயம் பகிரப்படுகின்றது!

கண்டம் தாண்டிய அப்பாவைக் காணொளியில் கண்டு
மகிழ்கிறது!
அவன் வீட்டு இராஜகுமாரி!

இணையத்தில் இதயம் இடம் மாறுகின்றது
நட்பு(பூ)க்கள் மலர்கின்றது!
மனிதம் தழைக்கின்றது!

- முனைவர் மு. துர்கா தேவி

இதயத்தின் ஓசை

எவ்வளவு மாற்றங்கள் இங்கு?
எப்படி மாறிவிட்டான் மனிதன் இன்று?

அன்று பாட்டியின் கதை கேட்டவன்
இன்று யூட்யூப் இல் பாட்டு கேக்க
அடம்பிடிக்கின்றான்!

அன்பான வார்த்தைகளால் வாழ்ந்தவன்
இன்று அலைபேசிகளில் அடைபட்டு உள்ளான்!

அவன் சிரிப்பு இன்று இணையத்தின்
விற்பனை பொருளாக மாறிவிட்டது!

அவன் முகம் மற்றவரை கவரும்
சுவரொட்டி என மாற்றிக்கொண்டான்!

எண்ணங்களில் வாழ்க்கை உள்ளதென்பதை மறந்து
வண்ணங்களையே விரும்புகிறான்!

பேச ஆயிரம் உறவுகள் காத்துக் கொண்டிருக்கும்
போது இணையத்தில் லைக்குகளை விரல்
விட்டு எண்ணுகிறான்!

விக்னேஷ்,

சிரிப்பை வாட்ஸ்அப் ஸ்டேடஸ் இல்
பதிவேற்றி மகிழ்கிறான்!

ஆரம்பத்தில் குழந்தையிடம் இவன் பேச மறுக்கிறான்!
பின் அவன் பேசாமல் முதியோர் இல்லத்தில் விடுகிறான்!

நேரில் சந்தித்து பேசிய உறவுகளை
மறந்து இணையத்தில் பேசி இன்னல்களை உருவாக்குகிறான்!

மற்றவரிடம் மனம்விட்டு பேசாத
ஒருவராக இன்று வாழ்கிறான்!

இணையத்தில் மூழ்கி இந்த அழகான
உலகத்தை ரசிக்க தவறிவிட்டாய் மனிதா!

இணையத்தை விட்டு வெளியே வா!
இங்கு அதனைவிட பெரிய உலகம்
உன் கண் எதிரில் உள்ளது அதனைப் பார்த்து சிரி!

- மு. பெருமாள்

முகமூடி இணையம்

உலகே உன் காலடியில் என
ஒய்யாரமாய் நிற்காதே!
இணையத்தின் இன்பமெல்லாம்
முகமூடி மாயைகளே !

கண் தூங்கும் நேரம் தனையும் களவாய் நீ செலவு செய்தால்
உனதருமை ஹார்மோன்களும்
ஏக்கத்தில் நிற்குமேயாடா!
அன்றோ!

காலாற நடமாடி களிப்போடு விளையாடி
களைப்பாற மரத்தடி நாடினாய்,
இன்றோ!

ஓரிடத்தில் அமர்ந்தபடி உனைமறந்து ஆடுகிறாய்!
விளையாட்டும் விபரீதமானால் ,

விக்னேஷ்,

வாழ்க்கையும் வழியற்று போகும்!
அன்றோ!

தெரு முனையில் நின்றுகொண்டு
நகர்ந்துவரும் தேரென
தெரிந்த தமிழில் கவிதை புனைந்தாய்.
இன்றோ,

தெரியாத பெண்களையும்
அறியாத பேதைகளையும்
அன்பென்னும் ஆயுதத்தால்
அத்துமீறி நடத்துகின்றாய்!
மனிதனே!

என்றும் மறவாதே!
நாகரீக வளர்ச்சியிலே
உன் நன்னெறியும் அடங்குமென்று!

- தே. ஷாரிகா